ராஜராஜ சோழன்

# ராஜராஜ சோழன்

**ச.ந. கண்ணன்**

கிழக்கு

ராஜராஜ சோழன்
Rajaraja Chozhan
by Sa.Na. Kannan ©

First Edition: December 2010
Pages 136
Printed in India.

ISBN: 978-81-8493-595-0
Title No: Kizhakku 581

Kizhakku Pathippagam
177/103, First Floor,
Ambal's Building, Lloyds Road
Royapettah, Chennai 600 014.
Ph: +91-44-4200-9603

Email : support@nhm.in
Website : www.nhm.in

Author's Email: sanakannan10@gmail.com

Cover Image: Wikimedia Commons
Inside Images: www.thanjavur.tn.nic.in

Kizhakku Pathippagam is an imprint of New Horizon Media Private Limited

# நுழைவாயில்

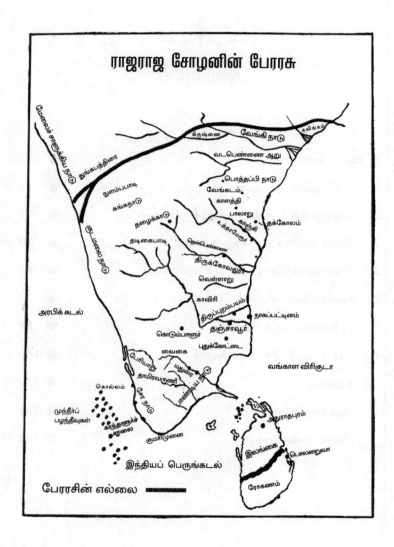

ராஜராஜ சோழனின் பேரரசு

# 1

## வீரப் பரம்பரை

வட இந்தியாவில், சிந்து நதிக்கரையோரமாக சிந்து சமவெளி நாகரிகம் உருவாக்கப்பட்டது. அதே காலக் கட்டத்தில், தென்னிந்தியாவில் திராவிட நாகரிகம் செழித்து வளர்ந்து கொண்டு இருந்தது. இந்தியாவுக்குள் நுழைந்த கிரேக்கர்களை ஓடஓட விரட்டிய மௌரியப் பேரரசின் கைகள், வட இந்தியா மட்டுமின்றித் தெற்கே கர்நாடகம் வரைக்கும் நீண்டன. ஆனால், சந்திரகுப்தர் தொடங்கி வேறு எந்த மௌரியப் பேரரசராலும் தமிழ்நாட்டைத் தொடக்கூட முடியவில்லை.

மூவேந்தர்களான சேர, சோழ, பாண்டிய மன்னர்கள் ஒருவருக்கொருவர் சண்டை போட்டுக்கொண்டாலும் அயலாரைத் தமிழ்நாட்டு சிம்மாசனத்தில் அமரவைக்கத் துளிக்கூட இடம் கொடுக்கவில்லை. அதிலும், சோழர்கள் பிற்காலத்தில் வடக்கேயும் கடல் தாண்டியும் புலிக் கொடியை உயரப் பறக்கவிட்டவர்கள். இந்த வீரப் பரம்பரையின் ஆரம்பப் புள்ளி, கரிகால சோழன்.

சங்க காலத்தில் வாழ்ந்த சோழர் மன்னர்களில் அதிகக் கவனத்துக்கு வருகிற மன்னர், சோழன் கரிகாலன் பெருவளத்தான் என்கிற கரிகால சோழன் (இவருக்கு

முன்னால் ஒரு கரிகாலன் சோழர் மன்னராக ஆட்சி செய்திருக்கிறார்). இந்தச் சங்ககால மன்னரைப் பற்றிப் பள்ளி மாணவர்களுக்குக்கூட நன்கு தெரியும். இளமையில் தீயில் சிக்கி உயிர் பிழைத்தது, அறிவுரை கேட்க வந்த முதியோர்கள் தம்மைச் சிறுவன் என்று ஒதுக்கியதால் முதியவர் வேடமிட்டு அவர்கள் பிரச்னையைத் தீர்த்தது என்று கரிகாலன் பற்றி நிறைய கதைகள் உண்டு. இவர்தான் சோழர்களின் முதல் ஹீரோ. இவர் சாதித்துக் காட்டியதுதான் பிற்காலச் சோழர்களுக்கு முன்னுதாரணமாக இருந்து இருக்கிறது.

இமயம் வரை சென்ற வீரச் சோழ மன்னர், கரிகாலன். தஞ்சைக்கு இருபத்து நான்கு கிலோ மீட்டர் தொலைவில் உள்ள வெண்ணி என்கிற ஊரில் நிகழ்ந்த போரில் கரிகாலன், சேரன் பெருஞ்சேரலாதனையும் பாண்டிய மன்னர் ஒருவரையும் வீழ்த்தியதாக சங்ககாலப் பாடல்கள் தெரிவிக்கின்றன. இமயம் வரை படையெடுத்த கரிகாலன், இமயத்தில் புலி இலச்சினையைப் பொறித்தது வரலாறு. அடுத்ததாக, இலங்கையின் மீதும் படையெடுத்துத் தன் வீரத்தை நிரூபித்துக் காட்டினார். சிங்களர்கள் பன்னிரண்டாயிரம் பேரைச் சிறை செய்து, பிறகு அவர்களைத் தமிழகத்துக்கு அழைத்து வந்து காவிரிப்பூம்பட்டிணத்தில் கோட்டை கட்டும் கட்டுமான வேலையில் அவர்களைப் பயன்படுத்தியிருக்கிறார்.

ராஜராஜ சோழன் ஆண்ட தஞ்சையைச் சங்க காலத்தில் செழிப்புற வாழ வைத்ததில் கரிகாலனுக்கு மிகப்பெரிய பங்கு உண்டு. சோழர்களின் சரித்திரத்தில் தஞ்சைக்கு எப்படிப்பட்ட முக்கியத்துவம் அளிக்கப்பட்டது என்பதைக் கரிகாலனின் செயல்பாடுகளிலிருந்து தெரிந்துகொள்ளலாம்.

திருவரங்கத்துக்கு மேற்கே பெரிய அணை ஒன்றைக் கட்டி, பல கால்வாய்களின் மூலமாகக் காவிரித் தண்ணீரை உழவுக்குத் திருப்பிவிட்டார் கரிகாலன். அக்கால்வாய்களில் ஒன்றுதான் இப்போது தஞ்சையில் பாய்கிற வெண்ணாறு என்றழைக்கப்படுகிறது. காவிரி ஆற்றின் குறுக்கே கல்லணை கட்டினார். கல்லும் களிமண்ணும் கொண்டு கட்டப்பட்ட இந்த அணை, இரண்டாயிரம் வருடங்களாகக் காவிரி வெள்ளத்தைத் தடுத்து வருவது மிகப்பெரிய சாதனை.

சிபி சோழச் சக்கரவர்த்தி, மனுநீதி சோழன், கரிகாலன், கோச்செங்கணான் போன்ற சோழ மன்னர்கள் சங்க காலத்தில் புகழ்பெற்று விளங்கினார்கள். வடக்கில் வேங்கடம் என்கிற திருப்பதி மலைகளும், எண்ணூறு ஆண்டுகளுக்கு முன்புவரை மேற்கில் அரபிக்கடல் இதன் எல்லையாகவும், தெற்கில் குமரி முனையும், கிழக்கில் வங்காளக் கடலும் பண்டைக்காலம் முதல் தமிழக எல்லைகளாக இருந்தன.

தொண்டை மண்டலம் என்று சொல்லப்படுகிற சென்னை, செங்கல்பட்டு, சித்தூர், வட ஆற்காடு போன்ற நகரங்களும் கூடவே உறையூர், காவிரிப் பூம்பட்டினம், தஞ்சாவூர், கங்கைகொண்ட சோழபுரம், பழையாறை போன்ற நகரங்களும் சங்க காலத்தில் சோழர் வசம் இருந்தன.

அதேசமயம், பாண்டியர் வசம் காவிரியின் தெற்குப் பகுதி முதல் ஆனை மலைக்குக் கிழக்குப்பகுதி, கீழைக் கடற்கரை, குமரி ஆகிய பகுதிகளும் சேரர் வசம் இன்றைய கேரளப் பகுதியும் கொங்கு மாவட்ட நகரங்களும் இருந்தன. குடகு மலைப்பகுதி, நீலமலைப் பகுதி, தென் கர்நாடகா ஆகியவை கோசர்களாலும் மைசூரின் தெற்கு மற்றும் மையப் பகுதி கங்கர்களாலும் ஆளப்பட்டன. மூவேந்தர்களும் சங்கப்பாடல்களில் வெவ்வேறு விதமான பெயர்களில் பாடப்பட்டுள்ளார்கள். சோழர்கள் சென்னி, செம்பியன், வளவன், கிள்ளி என்றழைக்கப்பட்டனர்.

உறையூர், காவிரிப்பூம்பட்டினம் போன்ற நகரங்கள் சங்ககாலச் சோழர் களின் தலைநகரங்களாக இருந்தன. இதில் உறையூர் முதல் தலை நகராகவும், துறைமுக நகரமான காவிரிப்பூம்பட்டினம் இரண்டாவது தலைநகராகவும் இருந்திருக்கின்றன. சங்க காலத்துக்குப் பிறகு சோழர் தலைநகரங்களாக பழையாறையும் உரகபுரமும் இருந்தன. (பழங் காலத்தில் குடந்தை நகரின் ஒருபகுதியும் தாராசுரமும் பட்டீஸ்வரமும் இன்னும் சில கிராமங்களும் இணைந்து பழையாறை என்று அழைக்கப் பட்டன.) பிற்காலச் சோழர் ஆட்சியை மலரச் செய்த விஜயாலயன் ஆட்சிக் காலத்திலிருந்து தலைநகர் அந்தஸ்து, தஞ்சாவூருக்கு வழங்கப் பட்டது.

கிறிஸ்து பிறப்பதற்கு முன்னால், ஆட்சியில் இருந்த வெளிநாட்டு மன்னர்கள் மற்றும் மக்களின் கலை, கலாசாரம் ஆகியவற்றை அறிந்து கொள்ள ஏராளமான ஆதாரங்கள் கிடைக்கின்றன. உதாரணமாக, கி.மு 356ல் பிறந்து மசிடோனியாவை ஆண்ட மகா அலெக்சாண்டரின் வாழ்க்கையைப் படிக்கவேண்டுமென்றால் ஆயிரம் பக்கங்களுக்கு அதிகமாகத் தகவல் கொட்டிக்கிடக்கிறது. ஆனால், தமிழ்நாட்டின் துர்பாக்கியம், கிறிஸ்து பிறப்புக்குப் பிறகு தமிழகத்தை ஆண்ட மன்னர்கள் பற்றிய தகவல்கள்கூட மிகக் குறைவாகவே உள்ளன. இந்த நிலையில் சங்ககால மன்னர்கள் பற்றித் தெரிந்துகொள்வதற்கு நம் மிடையே மிகக் குறைந்த ஆதாரங்களே இருக்கின்றன.

சாலை முது குடுமிப் பெருவழுதி என்கிற சங்ககால பாண்டிய மன்னரிட மிருந்து (இவரே சங்ககாலத்துக் கடைசி பாண்டிய மன்னராக அறியப் படுகிறார்) வேள்விக்குடி என்கிற ஊரைக் களப்பிரர்கள் கைப்பற்றி னார்கள். பிறகு, அடுத்த இருநூறு ஆண்டுகளுக்கு களப்பிரர் ராஜ்ஜியம் தான் தமிழகத்தில் நடந்தது.

பாண்டியன் உக்கிரப் பெருவழுதி, சோழன் செங்கணான், சேரமான் கோக்கோதைமார்பன், கொங்கு நாட்டுக் கணைக்கால் இரும்பொறை போன்றோர் கடைச்சங்கக் காலத்தின் இறுதியில் ஆட்சி செய்த மூவேந்தர்கள். மூவேந்தர்களையும் அழித்து களப்பிரர்கள் ஆட்சிக்கு வந்ததால் சோழர்களின் வரலாற்றில் அந்த இடைப்பட்ட காலம், நீண்ட இடைவேளை என்றுதான் சொல்லவேண்டும். அடுத்து, பல நூற்றாண்டு களுக்கு சோழர்களைப் பற்றிய தகவல்கள் வரலாற்றில் இல்லவே இல்லை.

சங்க காலத்தில் ஒருசில களப்பிரர்கள் குறுநில மன்னர்களாக இருந்தது போக, மொத்தத் தமிழகமும் அவர்கள் வசம் சென்றது தமிழக வரலாற்றின் மிகப்பெரிய திருப்பம். களப்பிரர் காலத்தில் சைவ, வைணவச் சமயங்கள் நலிந்து போய் முழுக்க முழுக்க சமணர்களின் ஆட்சி தான் நடந்தது. இவர்கள் ஆட்சியில் சோழர்கள் பற்றிப் பேச்சு மூச்சு இல்லை.

இறுதியாக, களப்பிரர்களைப் பழிவாங்கிடப் பாண்டியர்கள் நீண்டகால மாகத் தக்க தருணத்தை எதிர்பார்த்துக் கொண்டிருந்தார்கள். வடபகுதி யான தொண்டை நாட்டை ஆண்டுகொண்டு இருந்த பல்லவ மன்ன ரான சிம்ம விஷ்ணுவும் களப்பிரர்களை விரட்டத் தயாராக இருந்தார். இந்த இரு மன்னர்களால்தான் களப்பிரர்களின் ஆட்சிக்கு முற்றுப்புள்ளி வைக்கப்பட்டது.

கி.பி. 436ல், இலங்கையின் சில பகுதிகளில் பாண்டியர்களின் ஆட்சி நடைபெற்றது. இதனால் வலுப்பெற்ற பாண்டியர்கள், தமிழகத்திலும் தங்கள் ஆட்சியை நிலைநிறுத்த முடிவு செய்தனர். கி.பி. 575ல், கொடுங்கோன் என்கிற பாண்டிய மன்னர், களப்பிரர்களின் ஆட்சிக்கு ஒட்டுமொத்தமாக முடிவு கட்டினார். அதே காலக்கட்டத்தில், பல்லவ அரசரான சிம்மவிஷ்ணு சோழ நாட்டை களப்பிரர்களிடமிருந்து வென்றதாகப் பல செப்பேடுகள் தெரிவிக்கின்றன.

கொடுங்கோன் மற்றும் சிம்ம விஷ்ணுவிடம் தோல்வியடைந்த களப் பிரர்கள், பல்லவர் காலத்தில் சிற்றரசர்களாக அடங்கிப் போனார்கள். இந்தச் சிற்றரசர்களையும் முதலாம் நரசிம்மவர்மனும் இரண்டாம் நந்திவர்மனும் வென்று களப்பிரர்களை துளிச் சுவடில்லாமல் மறையச் செய்தார்கள். தமிழகம், மீண்டும் மூவேந்தர்களின் ஆட்சியின் கீழ் வந்தது.

களப்பிரர்களுக்கு அடுத்து தமிழகம் பல்லவர்களின் கட்டுப்பாட்டுக்குள் கொண்டு வரப்பட்டது. அக்காலக்கட்டத்திலும் சோழர்களின் ஆதிக்கம் சொல்லிக்கொள்ளும்படியாக இல்லை. கி.பி. 875 வரை சோழர்களால்

தலையெடுக்கமுடியவில்லை. ஆட்சியதிகாரம் முற்றிலும் பறிக்கப் பட்டுச் சோழர்களின் எதிர்காலமே கேள்விக்குறியாக இருந்த காலமது.

கி.பி 5லிருந்து 8ம் நூற்றாண்டுவரை பழையாறை, உரகபுரம் ஆகிய ஊர்களில் மட்டுமே சோழர்கள் வாழ்ந்து வந்தார்கள். தவிரவும், செல்வாக்கு இல்லாத அக்காலக்கட்டத்தில் சோழர்கள் காவிரிக்கரை யோரமாக வாழ்ந்து முற்றிலுமாக நசிந்துபோகாமல் பலர் தங்கள் இருப்பிடங்களை விட்டுத் தெலுங்கு, கன்னட நாடுகளுக்கு குடி பெயர்ந்தார்கள். அவர்கள் ரேனாண்டுச் சோழர்கள் என்றழைக்கப் பட்டார்கள்.

எப்படி ராஜராஜன் காலத்தில் தஞ்சாவூருக்கு ஒரு தனிச்சிறப்பு இருந்ததோ, அதுபோல அதற்கு முன்னர் சோழர்களின் வாழ்விடமாக இருந்தது, பழையாறை. இது நீண்ட வரலாறு கொண்ட நகரம் ஆகும். இங்கே வரலாற்றுக்காலத்துக்கு முந்தைய முதுமக்கள் தாழிகளும் பானையோடு களும் ஏராளமாகக் கிடைத்துள்ளன. சோழர் காலத்தில் அது பழைய ஆறை என்றும் அழைக்கப்பட்டது. பல்லவர்கள் தென்னாட்டை ஆண்ட சமயத்தில் பழையாறை சோழர்களின் தலைநகரமாக இருந்திருக் கிறது. பழையாறையில் வாழ்ந்துகொண்டு பல்லவர்களுக்கு அடிபணிந்து வரி செலுத்திக்கொண்டிருந்தார்கள் சோழர்கள்.

மீண்டும் விஜயாலய சோழனால் சோழர் ஆட்சி திரும்பியபோதும் பழையாறையின் முக்கியத்துவம் குறையவில்லை. சோழ அரசின் தலை நகராகத் தஞ்சை மாற்றப்பட்டாலும் சோழர்களின் பல மாளிகைகள் பழையாறையில்தான் இருந்தன. (கல்கியின் பொன்னியின் செல்வனில் பெரும்பாலான நிகழ்ச்சிகள் பழையாறையில் தான் நிகழ்கின்றன.)

களப்பிரர்களிடமிருந்து காஞ்சியை மீட்ட பல்லவர்கள், மீதம் உள்ள குறுநில மன்னர்களையும் தோற்கடித்துக் காவிரிக்கரை வரை தங்கள் அதிகார எல்லையை விரிவுபடுத்தினார்கள். திருப்பம் கி.பி.850ல் வந்தது. அதை விஜயாலய சோழன் ஏற்படுத்தினார்.

திருவாலங்காட்டுச் செப்பேடு, அந்தத் திருப்பத்தை அதாவது, விஜயாலய சோழன் தஞ்சையைக் கைப்பற்றி சோழ ராஜ்ஜியத்தை நிறுவியதை இவ்வாறு கூறுகிறது.

> ‘கோச்செங்கணான் மரபில், வெற்றிக்கு இருப்பிடமாயும், தோள் வலிமை கொண்டவனாயும், மன்னர்களால் வணங்கப்படும் பாதபீடம் உடையவனாயும் திகழ்ந்த விஜயாலயன் பிறந்தான்.’

- என்று வர்ணிக்கும் அந்தச் செப்பேடு, அழகான மாளிகைகள் உடைய தஞ்சாபுரியை விஜயாலய சோழன் வென்றான் என்கிறது.

சோழர்களுக்கு முன்னால் தஞ்சையை ஆண்டவர்கள், பாண்டியர் களோ, சோழர்களோ, சேரர்களோ அல்லர். முத்தரையர்கள் என்கிற ஓர் இனத்தவர் தஞ்சையை ஆண்டு வந்தார்கள். இவர்கள் தமிழ் நாட்டைச் சேர்ந்தவர்கள் அல்லர். எப்படி, இரண்டாம் நூற்றாண்டில் கர்நாடகாவிலிருந்து களப்பிரர்கள் தமிழ்நாட்டுக்குள் நுழைந்தார்களோ, அதுபோல இவர்களும் கர்நாடகாவிலிருந்து தமிழ்நாட்டுக்குள் நுழைந்து தஞ்சையைக் கைப்பற்றியவர்கள்.

ஆறாம் நூற்றாண்டில் பெங்களூர், கோலார் பகுதிகளை ஆண்டவர்கள் கொங்கனி கங்கர்கள் என்றழைக்கப்பட்டார்கள். இவர்கள் தங்களை முத்தரசர் என்று கூறிக்கொண்டார்கள். அதாவது, மூத்தகுடி மக்கள் என்று அர்த்தம். அதுவே பின்னர், முத்தரையர் என்று ஆனது. ஆக, கர்நாடகத்தைச் சேர்ந்த கங்க அரசர்களே முத்தரையர்கள் ஆவார்கள்.

முத்தரையர்களைத் தமிழ் முதுகுடிமக்கள் என்று நம் சங்க இலக்கி யங்கள் கூறுகின்றன. கொங்கணி, பெங்களூர், தலைக்காடு, கோலார் பகுதிகளை ஆண்ட இவர்கள், தமிழகத்தைச் சேர்ந்த பல்லவ அரசர் களோடு நல்ல நட்போடு இருந்தார்கள். (கி.பி. 550ல் கொங்கணிப் பகுதியை ஆண்ட துர்விநீதன் என்கிற கங்க அரசரின் மனைவி சோழ இளவரசியாவாள்.)

பல்லவர்களின் ஆதரவினால் தமிழகத்துக்குள் நுழைந்த முத்தரை யர்களுக்கு பல்லவப் பேரரசுவின் கீழ் இருந்த தஞ்சாவூர், திருச்சிராப் பள்ளி, பழைய புதுக்கோட்டை சமஸ்தானம் ஆகிய நிலப்பகுதிகளின் குறுநில மன்னர்களாகும் வாய்ப்பு கிடைத்தது. காஞ்சியில் எதாவது ஆபத்து வந்தால் தஞ்சம் புகலாம் என்பதற்காக தமக்குண்டான பகுதிகளை முத்தரையர்களை விட்டு ஆளச் செய்தார்கள் பல்லவர்கள்.

தஞ்சையில் முத்தரையர்கள் ஆட்சி செய்துவந்தாலும் அவர்கள் பல்லவர்களின் கட்டுப்பாட்டுக்குள்தான் இருக்கவேண்டியிருந்தது. ஒருபோதும் தம்மை மீறி அவர்கள் செயல்படப் பல்லவர்கள் வாய்ப்பு கொடுத்ததே இல்லை. முத்தரையர்கள், தஞ்சையில் இருந்துகொண்டு காஞ்சிப் பல்லவர்களுக்கு வரி செலுத்திக் கொண்டிருந்தார்கள்.

தமிழர்கள் என்றாலும் எப்படி கர்நாடகத்தைச் சேர்ந்தவர்களுக்கு இப்படியொரு வாய்ப்புகளைப் பல்லவர்கள் அளிக்கலாம். இது பெரிய ஆபத்தல்லவா? நிச்சயம் கேள்வி எழலாம். ஏற்கெனவே தமிழகத்தில் களப்பிரர்கள் ஆண்ட காலத்தை யாரும் மறந்துவிடவில்லை. சேரர், சோழர், பாண்டியர் என மூன்று பேரும் நிலைகுலைந்துபோன காலக்கட்டம் அது. ஆனால் பல்லவர்கள், முத்தரையர்களைத் தமது இன்னொரு போர்ப்படையாகவே பார்த்தார்கள். அவர்கள் தமக்குத் துரோகம் விளைவிப்பார்கள் என்று பல்லவர்கள் கனவிலும்

நினைக்கவில்லை. ஆனால், துரோகம் இல்லாத வரலாறு ஏது? ஒரு கட்டத்தில் பல்லவர்களுக்கு எதிராகவே திரும்பினார்கள் முத்தரையர்கள். அது, திருப்புறம்பயம் போரின்போது நிகழ்ந்தது.

காவிரியின் கிளை நதிகள் காவிரியின் தெற்கே பிரிகின்றன. கொள்ளிடத்தில் இருந்து பிரிந்து காவிரிக்கும் கொள்ளிடத்துக்கும் நடுவில் பாயும் நதி, மணியாறு. இந்த மணியாற்றின் வடகரையில் திருப்புறம்பயம் என்கிற கிராமத்தில் பாண்டியர்களுக்கும் பல்லவர்களுக்கும் கடுமையான சண்டை நடந்தது. வரகுணபாண்டியன் வடக்கே பல்லவர்கள்மீது படையெடுத்து வந்தார்.

இந்தப் போரில் பல்லவருக்கு எதிராகப் பாண்டியர்களுக்கு தோள் கொடுத்தவர்கள் முத்தரையர்கள். பல்லவ அரசரான அபராஜித வர்மனுக்கும் வரகுண பாண்டியனுக்குமிடையே நடந்த போரில் முத்தரையர்கள் கட்சி மாறினார்கள்.

குறுநில மன்னர்களை அழித்தொழிக்காமல் அவர்களை இணைத்து ஒரு மைய அதிகாரத்தை உருவாக்குவதே எந்தவொரு பேரரசின் கொள்கையாக இருக்கும். இந்த உடன்பாட்டுக்கு முத்தரையர்கள் ஊறு விளைவித்தார்கள். அவ்வளவுதான். முத்தரையர்களை ஒழித்துக்கட்டப் பல்லவர்கள் முடிவு செய்தார்கள்.

இந்தச் சந்தர்ப்பத்தைப் பயன்படுத்திக்கொண்டு பல்லவர்களுடன் இணக்கமானார் உறையூரின் குறுநில மன்னராக இருந்த விஜயாலய சோழன். சோழ நாட்டில் போர் நடந்ததால் சோழர்களின் உதவி அபராஜித வர்மனுக்குத் தேவைப்பட்டது. அவர், சோழர்களை நம்பி இந்தப் போரின் முக்கிய முடிவுகளை விஜயாலய சோழனிடம் ஒப்படைத்தார். பல்லவர்களின் அனுமதியோடு தஞ்சாவூரின் நிர்வாகம் விஜயாலயன் கைக்கு வந்தது. திருப்புறம்பயம் போருக்கு விஜயாலயன் தலைமை தாங்கினார். அவர் தலைமையில் ஒரு படை கிளம்பியது.

இந்தப் போர்தான் சோழர்களைத் தமிழ்நாட்டில் வலிமையாகக் காலூன்றச் செய்தது. பல நூற்றாண்டுகளாகத் தொலைந்துபோன அவர்களுடைய வீரம், இந்தப் போரின்போதுதான் முழுமையாக வெளிப்பட்டு, சோழர்களின் மறுவாழ்வுக்கு ஆதாரமாக அமைந்தது.

ஆனால், இந்தத் திருப்புறம்பயம் போர் ஒரு நாள், இரண்டு நாளில் முடிந்துவிடவில்லை. பல ஆண்டுகளாக நடந்துகொண்டிருந்தது. இதனால் முதுமையில் இருந்த விஜயாலய சோழன், கி.பி 870 வரை ஆட்சி செய்துவிட்டுப் பிறகு, தன் மகனான முதலாம் ஆதித்தனை ஆட்சியில் அமரவைத்தார்.

13

கி. பி. 871ல், முதலாம் ஆதித்த சோழன் அதிகாரத்தைத் தன் கையில் எடுத்துக்கொண்டு திருப்புறம்பயம் போரில் இன்னும் ஆவேசமாகத் தன்னை ஈடுபடுத்தினார். ரத, கஜ, துரக, பதாதிகள் என்கிற நால்வகைப் படைகளும் போரில் ஈடுபட்டிருந்தன. இறுதியில், போரில் பாண்டிய மன்னனையும் அவருக்குத் துணையாக இருந்த முத்தரையர்களையும் விரட்டியடித்தது சோழர்களின் படை.

அபராஜித வர்மன் குளிர்ந்து போய்விட்டார். 'எங்கள் எதிரியின் கைப் பொம்மையாக முத்தரையர்கள் செயற்படுகிறார்கள். தமது சுயநலத் துக்காக பல்லவ இனத்தையே காட்டிக் கொடுக்கத் தயங்காத இந்த ஆபத்தான சக்திகள் மீது நாங்கள் மட்டுமல்ல, நீங்களும் விழிப்பாக இருக்க வேண்டும். இனி தஞ்சையை நீங்களே நிர்வகியுங்கள்' என்று முத்தரையர்கள் ஆண்ட பல்லவர் பகுதிகளை விஜயாலய சோழனிடம் அளித்தார்.

உறையூர், தஞ்சாவூர் பகுதிகள் முழுமையாகச் சோழர்கள் வசம் வந்தன. மீண்டும் சோழர்களின் ஆட்சி அவர்களுடைய தொன்மையான தலைநகரான உறையூரிலிருந்து தொடங்கியதை எண்ணி சோழர்கள் மிகவும் உணர்ச்சிவசப்பட்டார்கள்.

கி. பி. 850ல், சின்னஞ்சிறு பிரதேசத்தில் ஆரம்பித்த சோழரின் ஆட்சி, அடுத்த சில நூறு ஆண்டுகளில் தமிழகத்தையே வளைத்துப் போடும் என்று யாருமே அப்போது எண்ணியிருக்கமுடியாது. அந்தளவுக்குப் பல்லவர்கள் அப்போது மிகவும் பலம் வாய்ந்த பேரரசை நிறுவியிருந் தார்கள். கிடைத்ததைத் தப்பிப் போகவிடக்கூடாது என்கிற இக்கட்டான நிலையில்தான் சோழர்கள் இருந்தார்கள். காரணம், களப்பிரர்களின் அழிவுக்குப் பிறகு பல்லவர்களும் பாண்டியர்களும்கூட சீக்கிரம் எழுந்துவிட்டார்கள். ஆனால், சோழர்களால் அவ்வளவு சுலபமாக ஆட்சியதிகாரத்தை அடையமுடியாமல் போனது.

கி. பி. ஆறாம் நூற்றாண்டில் கரிகால் சோழனின் மரபில் வந்த சோழர்கள், உரகபுரம் என்கிற திருப்பாம்புரம் என்கிற நகரில் இருந் தார்கள். அப்போது சோழர்கள், தமிழ்நாட்டில் குறுநில மன்னர் களாகவே இருந்து வந்தார்கள். காவிரிப்பூம்பட்டினத்தின் அழிவுக்குப் பிறகு, சோழர்களின் தடம் தமிழகத்தில் மெள்ள மெள்ள மறைந்து உரகபுரம், பழையாறை போன்ற பகுதிகளில் மட்டுமே வாழ்ந்து வந்த தாகச் செப்பேடுகள் தெரிவிக்கின்றன. முக்கியமாக, 8ம் நூற்றாண்டில் சோழர்கள் தஞ்சையில் வாழ்ந்த சுவடே கிடையாது. 9ம் நூற்றாண்டில் தான் சோழர்களுக்கு மறுவாழ்வு கிடைத்தது.

விஜயாலய சோழன், தஞ்சையைக் கைப்பற்றும் முன்னர் சுண்ணாம்பால் கட்டப்பட்ட பல மாடமாளிகைகள் தஞ்சையில்

14

இருந்தன என்று திருவாலங்காட்டுச் செப்பேடுகள் கூறுகின்றன. அந்தக் கால மன்னர்கள் தங்கள் வெற்றிக்கு உறுதுணையாக இருக்கும் துர்கைக்கு (கொற்றவை) கோயில் எழுப்புவதைத் தங்கள் கடமையாகக் கொண்டார்கள். தஞ்சையைத் தன் அதிகாரத்தின்கீழ் கொண்டுவந்த விஜயாலய சோழன், அதற்கு நன்றி தெரிவிக்கும் விதமாக நிதம்ப சூதனிக்கு (கொற்றவை) ஒரு கோயில் எடுத்தார். காவிரியின் இருமருங் கிலும் சிவபெருமானுக்காக கற்றளிகள் எனப்படும் கற்கோயில்கள் கட்டினார் முதலாம் ஆதித்தன்.

விஜயாலயன் பற்றி அதிகத் தகவல்கள் இல்லை என்றாலும் அவர் பலம் பொருந்திய மன்னராகவும் பல்லவர்கள் பிடியில் இருந்த நகரங்களைக் கொஞ்சம் கொஞ்சமாகத் தம் கட்டுப்பாட்டுக்குள் கொண்டுவந்தவராக வும் சில செப்பேடுகள் வழியாக அறிந்துகொள்ள முடிகிறது.

விஜயாலயன் ஆரம்பித்து வைத்த சிநேகம், ஆதித்த சோழன் வரை நீண்டதால் பல்லவர்கள் சோழர்கள்மீது அதிக நம்பிக்கை கொண்டனர். முத்தரையர்களின் கட்டுப்பாட்டில் இருந்த சோழ நாட்டின் நகரங் களைப் பல்லவர்கள், விஜயாலயனுக்கு அடுத்து வந்த ஆதித்த சோழன் வசம் ஒப்படைத்தார்கள். பாண்டியர்கள், முத்தரையர்களைப்போல சோழர்கள் ஆபத்தானவர்கள் அல்லர்; நிச்சயம் இவர்களை நம்பலாம் என்ற நம்பிக்கையில்தான் தஞ்சை மண்ணைச் சோழர்கள் வசம் ஒப்படைத்தனர்.

ஆனால், திருப்புறம்பயம் போரில் அடைந்த வெற்றி, சோழர்கள் பல ஆண்டுகளாக அடக்கி வைத்திருந்த தீராத பசியைத் தீர்த்துக்கொள்ள ஒரு தூண்டுதலாக அமைந்து விட்டது. ஆட்சியதிகாரத்தில் இருந்த முதலாம் ஆதித்தன், அடுத்தக் காய் நகர்த்தல்களை யோசிக்கத் தொடங்கினார்.

சோழ நாட்டின் முழு அதிகாரத்தையும் தமக்கே தந்துவிடும்படி அபராஜித வர்மனுக்கு நெருக்கடி கொடுத்தார். ஆனால், பல்லவ அரசர் இதற்கு மறுப்புத் தெரிவிக்கவே, நேரடியாக அவர்களோடு போரிடத் தொடங்கினார் முதலாம் ஆதித்தன்.

பல்லவர்களுடன் மோதுவதற்கு முடிவெடுத்த வேளையில், வெற்றி, தோல்வி என்ற பிரச்னைப் பற்றி அவர் அலட்டிக்கொள்ளவில்லை. இந்த யுத்தத்தை எதிர் கொள்ளும் உறுதியும் துணிவும் தம்மிடம் உண்டா என்பது பற்றியே சிந்தித்தார். தோல்வி ஏற்படலாம் என்ற அச்சத்தில் சோழர் குலம் தனது இலட்சியத்தையும் உரிமையையும் விட்டுக் கொடுக்க அவர் விரும்பவில்லை.

திருப்புறம்பயம் போர், பல்லவர்களுக்காக சோழர்கள் பங்கெடுத்தது. ஆனால், இந்தமுறை சோழர்களின் பேரரசை நிறுவுவதற்கான

தொலைநோக்கில் மிகத்துணிச்சலுடன் பலம் வாய்ந்த பல்லவர்களோடு மோதினார் முதலாம் ஆதித்தன்.

சோழர்களின் திடீர் தாக்குதலால் திடுக்கிட்டுப் போன அபராஜித வர்மன், உடனடியாகத் தானே போரில் ஈடுபட்டார். ஆனால், சோழர்களின் நல்ல நேரம், போரில் அபராஜித வர்மன் உயிர் இழக்க நேரிட்டதால் பல்லவர்களின் படை தடுமாற ஆரம்பித்தது. யானையின் மீதமர்ந்து போரிட்ட அபராஜித வர்மனை வாளால் ஒரே வீச்சில் கொன்றார் முதலாம் ஆதித்தன்.

சோழ நாட்டைக் காப்பாற்றிக்கொண்ட முதலாம் ஆதித்தன், அதே வேகத்தில் தொண்டை மண்டலத்தையும் கைப்பற்றி, பல்லவர்கள் ஆட்சி செய்த இடங்களிலெல்லாம் சோழர்களின் கொடியைப் பறக்கவிட் டார். அதே மூச்சில், கொங்கு தேசத்தையும் வென்றார். கனவுபோலத் தமிழகத்தின் பெரும்பான்மையான பகுதிகள் சோழர்கள் வசம் வந்தன.

இராஷ்டிரகூட மன்னர் இரண்டாம் கிருஷ்ணனின் மகளை மணந்து கொண்ட முதலாம் ஆதித்தனுக்கு பராந்தகன், கன்னரத்தேவன் என்று இரு மகன்கள். கி.பி. 907ல், இவரது ஆட்சி முடிவுக்கு வந்து அவர் மகனான பராந்தகன் அடுத்த சோழர் அரசராகப் பதவியேற்றுக் கொண்டார். காளத்தி அருகேயுள்ள தொண்டை மானாடு என்கிற இடத்தில் மரணமடைந்தார் முதலாம் ஆதித்தன். விஜயாலயன், முதலாம் ஆதித்தன் ஆகியோரின் அசாத்தியத் துணிச்சலும் விவேகமும் இல்லாவிட்டால் சோழப் பேரரசு என்கிற மாபெரும் சாதனை நிகழ்த்தப் படாமலேயே இருந்திருக்கும்.

பராந்தகன் (கி.பி.907-953), ஆட்சிக்கு வந்தவுடன் செய்ய நினைத்த முதல்வேலை, தமிழகத்தில் அவர்கள் அதிகாரம் இல்லாத இடங் களைக் கைப்பற்றுவது. பல நூறு ஆண்டுகள் ஆட்சியில் இல்லாத காரணத்தால் தமிழகம் மட்டுமில்லாமல் தென் இந்தியா முழுவதையும் தங்கள் கட்டுப்பாட்டுக்குள் கொண்டுவர சோழர்கள் துடித்துக் கொண்டிருந்த நேரமது.

சோழநாடு, வடக்கில் மைசூர் நீங்கலாக, தெற்கே காவிரி வரை, மேற்குக் கடற்கரையோரம் ஒரு பகுதியும், சென்னை, காளத்தி வரை யிலும் சோழர் ஆட்சி நடந்துகொண்டிருந்தது. தஞ்சையும் உறையூரும் மட்டும் கொண்டிருந்த சோழர்களின் வரலாற்றில் மிகக்குறுகிய காலத்தில் இத்தனை பகுதிகளும் அவர்கள் வசம் வந்து சேர்ந்திருந்தன. ஆனாலும், மண் மீதான ஆசையைச் சோழர்கள் விடவில்லை. தமிழகத்தில் எங்கு காலடி வைத்தாலும் அது சோழ மண்ணாகவே இருக்கவேண்டும் என்று நீண்ட கனவு கொண்டிருந்தார்கள்.

இராசசிம்மன் என்கிற பாண்டிய மன்னரை ஓடஓட விரட்டித் தெற்கில் கன்னியாகுமரியைத் தனதாக்கிக்கொண்டார் பராந்தகன். இதனால், பாண்டியர்களின் மையப்பகுதியாக விளங்கிய மதுரையிலும் சோழர் களின் செல்வாக்கு வளர்ந்தது. 'மதுரை கொண்ட கோப்பரகேசரி' என்கிற பட்டம் பராந்தகனுக்குக் கிடைத்தது. களப்பிரர்களை அழித்து மீண்டும் ஆட்சிக்கு வந்த பாண்டிய அரசு, பராந்தகனால் அழிவு நிலைக்குச் சென்றது. இதனிடையே, ஒரு சுவாரசியமான சம்பவமும் நடை பெற்றது.

மதுரையை இழந்த பாண்டிய மன்னர் இராசசிம்மன், தோல்வியினால் மனம் தளரவில்லை. திடீரென்று தோன்றித் தம்மை துவம்சம் செய்த சோழர்களின் அதிரடித் தாக்குதலுக்குப் பதில் தர நினைத்தார். ஆனால், சோழர்கள்மீது அனைவருக்கும் அச்சமிருந்த காலமது. மேலும், பெரும்பாலான சிற்றரசர்கள் பராந்தக சோழனின் நண்பர்களாகவே இருந்தார்கள். எனவே, தமிழ்நாட்டில் எவர் உதவியையும் எதிர்பார்க்க முடியாது என்பதால் இலங்கைக்குச் சென்றார் இராசசிம்மன்.

இலங்கையின் ஐந்தாம் கஸ்ஸபன் (கி.பி. 913-923) என்கிற மன்னர், இராசசிம்மனின் உதவிக்கு வந்தார். வெள்ளூர் என்கிற இடத்தில் மீண்டும் பராந்தகனின் படைக்கும் இலங்கைப் படைக்கும் போர் நடந்தது. ஆனால், இலங்கையின் படைத் தளபதியாக இருந்த சக்க சேனாதிபதி நோய் தாக்கி இறந்ததால் அதன் பாதிப்பில் இலங்கை வீரர்கள் மீண்டும் தங்கள் நாட்டுக்கே திரும்ப நேர்ந்தது.

பாண்டிய மன்னனான இராசசிம்மன், இந்தச் சமயத்தில் சாமர்த்தியமாக ஒரு காரியம் செய்தார். இலங்கைக்குச் சென்ற அவர் அங்கேயே தனது மணிமுடியையும் செங்கோலையும் பத்திரப்படுத்தி வைத்துவிட்டுப் போரில் கலந்துகொண்டார். 'எங்கள் நாட்டையே நாங்கள் இழக்க நேர்ந்தாலும் சோழனால் எங்கள் மணிமுடியையும் செங்கோலையும் கைப்பற்ற முடியாது' என்கிற அவருடைய இறுமாப்பு பராந்தகனுக்குக் கோபத்தை வரவழைத்தது.

இலங்கை மன்னனிடம் அந்த இரண்டையும் தந்துவிடும்படித் தூது அனுப்பினார் பராந்தகன். முடியாது என்கிற பதில் வந்ததால் அவற்றைப் பெறுவதற்காகத் தன் படையை இலங்கைக்கு அனுப்பினார். அப்போதும் இலங்கை மன்னர் மசியவில்லை. பாண்டிய மன்னனின் மணிமுடியையும், செங்கோலையும் எடுத்துக்கொண்டு ரோஹணா என்கிற பகுதிக்குச் சென்றுவிட்டார். பின்னாலேயே துரத்திய சோழர் படை, ஒருகட்டத்தில் வழிதெரியாமல் தமிழ்நாட்டுக்குத் திரும்பியது. இந்தக் குறிப்புகள் இலங்கையின் வரலாற்றைச் சொல்லும் மஹா வம்சத்தில் இடம்பெற்றுள்ளன.

சோழர்கள் வரலாற்றில் பராந்தகனுக்கு முக்கிய இடமுண்டு. இவர் காலத்தில்தான் சோழர் ஆட்சி தமிழகத்தில் அழுத்தமாக வேர் ஊன்றியது. இனிமேல் இந்த மண்ணில் சோழர்கள் ஆட்சிதான். இனி என்ன நடந்தாலும் நம்மை யாராலும் அழிக்க முடியாது என்கிற நம்பிக்கையும் தைரியமும் சோழர் படைக்கு வந்தது.

இந்த இடத்தில் ஒரு குறிப்பு. முதலாம் பராந்தகன் காலம் வரைக்கும் சோழர்களின் வரலாற்றில் ஒரு தெளிவு இருக்கிறது. அதேபோல, ராஜராஜன் ஆட்சிக்காலம் தொடங்கிப் பின்னால் சோழர்களின் ராஜ்ஜியத்துக்கு முற்றுப்புள்ளி வைக்கப்படும் வரையும்கூட ஒரு புரிதல் இருக்கிறது. ஆனால், இந்த இடைப்பட்ட காலம், அதாவது முதலாம் பராந்தகன் மறைவிலிருந்து ராஜராஜன் ஆட்சிக்காலம் தொடங்கும் வரைக்குமான வரலாற்றை அறிந்துகொள்வதில் பல தடைகள் உள்ளன.

அதாவது, தெளிவாக எதையும் விளக்கும்படியான கல்வெட்டுகள் இல்லை என்பதே இதன் பெரிய குறை. ஓரளவு இன்னாருக்குப் பின்னர் இன்னார் ஆட்சி செய்தார் என்று கூறமுடிந்தாலும், ராஜராஜனின் வாழ்க்கையை விவரிப்பது போன்று இடையே ஆட்சி செய்த சோழர்களின் வாழ்க்கையை விரிவாகக் கூற முடியாத நிலை இருக்கிறது. இந்தப் பிரச்னைகளைத் தாண்டி, ஓரளவு நம்மால் இந்தக் காலக் கட்டத்தை அறிந்துகொள்ளப் பெரிதும் உதவி செய்பவை, கல்வெட்டுகள்.

இந்தியாவெங்கும் காணக்கிடைக்கும் மொத்தக் கல்வெட்டுக்களை விடவும் தமிழகத்தில் கிடைக்கும் கல்வெட்டுக்களின் எண்ணிக்கை மிக அதிகம். தமிழ்நாட்டிலுள்ள ஏராளமான கோயில்களிலும், பிற இடங்களிலுமாகக் கிடைத்திருக்கும் பல்லாயிரக்கணக்கான கல்வெட்டுகளில் ஐம்பது சதவிகிதக் கல்வெட்டுகளே இதுவரையிலும் படியெடுக்கப் பட்டுள்ளன. படியெடுக்கப்பெற்ற கல்வெட்டுகளில் ஐந்து சதவிகித கல்வெட்டுகளுக்கே முழுமையான பாடங்கள் கிடைத்துள்ளன. மிஞ்சிய கல்வெட்டுகளில் இருந்து நமக்குக் கிடைத்திருப்பவை அதன் தொகுப்புகளே.

சங்க காலத்தில் தமிழகத்தை சேரர், சோழர், பாண்டியர் என்கிற மூவேந்தர்கள் ஆண்டதாகத்தான் அனைத்துத் தொல்லியல் ஆதாரங்களும் தமிழ் இலக்கியங்களும் கூறுகின்றன. அசோகர் காலத்துக் கல்வெட்டுகளில் மூவேந்தர்களின் குறிப்புகள் இடம்பெற்றுள்ளன. 'வண்புகழ் மூவர் தண்பொழில் வரைப்பு' என்கிறது தொல்காப்பியம். சரியாக இந்தத் தேதியில், இந்த வருடத்தில் மூவேந்தர்கள் ஆட்சி நடத்தினார்கள் என்று சொல்லச் சான்றுகள் இல்லாமல் போய்விட்டன. மூவேந்தர்கள், நிச்சயம் சங்க காலத்தில் தமிழகத்தை அவரவருக்

குண்டான பகுதிகளில் ஆண்டு வந்தார்கள் என்பது மட்டும் உறுதி. தகுந்த சான்றுகள் இல்லாததால் தமிழக வரலாற்றை முழுமையாக அறிந்துகொள்வதில் நமக்கு நிறையத் தடைகள் உள்ளன.

இதுவரை நமக்குக் கிடைத்திருக்கும் தமிழக வரலாற்றுக்கு முக்கிய ஆதாரமாக இருப்பவை கல்வெட்டுகள். கல்வெட்டுகளின் வழியாகவே சோழ அரசர்களையும் அவர்களின் ஆட்சிக்காலம் பற்றியும் மட்டுமல்ல, சோழர் காலச் சமூக வாழ்க்கை எப்படி இருந்தது என்பதில் ஆரம்பித்து அவர்களின் கலை, பாடலுக்கு என்னென்ன இசைக்கருவிகள் உபயோகப் படுத்தினார்கள், எத்தனை வகையான கூத்துகள் சோழர் காலத்தில் இருந்தன, பொருளாதாரம் எப்படி இருந்தது, ஆட்சியிலிருப் பவர்கள் எப்படி வரி விதித்தார்கள், வரியை எவ்வாறு வசூலித்தார்கள், நிலத்தினை எப்படி அளந்தார்கள் என்று பலவற்றையும் நம்மால் அறிந்துகொள்ள முடிகின்றன.

இன்னும் படிக்க முடியாத, வெளியே கொண்டு வரப்படாத சோழர் காலக் கல்வெட்டுகள் ஏராளமானவை பூமிக்கடியில் சிக்கியுள்ளன. அல்லது அவை இயற்கையாலும் நம்முடைய கவனமின்மையாலும் சீரழிந்துள்ளன. இந்த நிலையில், சொற்ப அளவிலான கல்வெட்டு களைக் கொண்டு ஒரு வரலாற்றை நிர்ணயம் செய்வது அசாத்தியமான செயல். அதைத்தான் நம் தொல்லியல் அறிஞர்களும் வரலாற்றாய் வாளர்களும் செய்து வரலாற்றுக்கு ஒரு புதிய வெளிச்சம் அளித்துள்ளனர்.

முடியாட்சியின் வழக்கப்படி, பராந்தனுக்கு அடுத்ததாக அவருடைய மகன் கண்டராதித்தன் ஆட்சியில் அமர்ந்தார். அவர், மிகக் குறைந்த காலமே, மொத்தமே 8 ஆண்டுகள்தான் ஆட்சி செய்தார். இவர் மனைவி செம்பியர் மாதேவியார், ராஜராஜ சோழன் ஆட்சிக்காலம் வரைக்கும் உயிரோடு வாழ்ந்தார்.

கண்டராதித்தன் இதைச் சாதித்துக் காட்டினார் என்று பெரிதாக எதையும் குறிப்பிட்டுச் சொல்லமுடியாது. சோழர்களின் ஆட்சியைப் பத்திரமாகக் கட்டிக் காத்ததே அவருடைய ஒரே சாதனை.

நியாயமாக, கண்டராதித்தனுக்கு அடுத்ததாக அவருடைய மகனான உத்தம சோழன் என்கிற மதுராந்தகன்தான் அரியணையில் ஏறியிருக்க வேண்டும். ஆனால், அப்போது மதுராந்தகன் சின்னஞ்சிறுவனாக இருந்ததால் கண்டராதித்தனின் சகோதரரான அரிஞ்சயன் அரசரானார். துரதிர்ஷ்டம், சோழர் வரலாற்றில் பெரிய சாதனை செய்ய அரிஞ்சயன் துடித்ததெல்லாம் ஒரே வருடத்தில் கலைந்துபோனது. எதிர்பாராத அவருடைய மரணம், அடுத்த சோழர் அரசைத் தேர்ந்தெடுக்கவேண்டிய கட்டாயத்துக்குத் தள்ளியது.

மதுராந்தகன் இன்னமும் குழந்தையாகவே இருந்ததால் அரிஞ்சயனின் மகன் இரண்டாம் பராந்தகன் எனும் சுந்தர சோழனுக்கு (கி.பி. 957-73) அரசாளும் வாய்ப்பு கிடைத்தது. இந்தச் சமயத்தில், இராஷ்டிரகூடர்கள் தொண்டை நாட்டின் சில பகுதிகளைக் கைப்பற்றிச் சோழர்களுக்குப் புதுத் தலைவலியை ஏற்படுத்திக்கொண்டிருந்தார்கள். இதனால், புதிய மன்னருக்கு மீதமுள்ள சோழ நாட்டின் பகுதிகளைக் காப்பாற்றியாக வேண்டிய பொறுப்பு இருந்தது.

சுந்தர சோழன், தன் மூத்த மகன் இரண்டாம் ஆதித்தன் என்கிற ஆதித்த கரிகாலனுக்கு முடி சூட்டி அவனை இளவரசராக அறிவித்தார். சுந்தர சோழனுக்கு பராந்தகன் தேவியம்மன், வானவன் மாதேவி என்று இரண்டு மனைவிகள். வானவன் மாதேவியின் மகன்கள், ஆதித்த கரிகாலன், அருண்மொழி வர்மன்.

இதனிடையே, இலங்கையிலுள்ள மன்னர்களின் ஆதரவால் ஆங்காங்கே சில குறுநில பாண்டிய மன்னர்களும் தமிழகத்தின் சில பகுதிகளைப் பிடித்துவைத்துக்கொண்டு, சோழ ஆட்சிக்குக் கடும் நெருக்கடியைக் கொடுத்து வந்தார்கள். சிலகாலமாகப் பெரிய போர் எதிலும் ஈடுபடாது இருந்த சோழர்கள், இந்த முறை பாண்டியர்களை அழிக்கப் புறப்பட்டார்கள்.

சேவூரில், பாண்டிய மன்னனுக்கும் இரண்டாம் பராந்தகனின் படைக்கும் பெரும் போர் நடந்தது. இப்போரைத் தலைமை ஏற்று நடத்திய இளவரசர் ஆதித்த கரிகாலன், தன் வீரதீரச் செயல்களால் பாண்டியரைத் தோற்கடித்துச் சோழர்களுக்கு வெற்றியைத் தேடித் தந்தார். இதைப் பற்றி விழுப்புரம் எசாலம் கிராமத்தில் கண்டெடுக்கப் பட்ட கல்வெட்டு சுந்தர சோழனின் மகனும், ராஜராஜனின் சகோதரனுமான ஆதித்த கரிகாலனின் வீரத்தை இவ்வாறு சொல்கிறது:

'ராஜராஜனுடன் பிறந்தவனாகிய ஆதித்த கரிகாலன், வீரலட்சுமியால் அணைக்கப்படவனாக, பாண்டிய மன்னனைப் போர்க்களத்தில் கொன்று, அவனுடைய தலையைக் கொய்து, தஞ்சாவூர் கோட்டை வாயிலில் இருந்த பெரிய மரக்கழியின் உச்சியில் சொருகிவைத்து, ஏழுகடலை இடையணியாகக் கொண்ட பூமியை அவ்விளவயது மன்னன் ஆண்டு வந்தான்.'

சுந்தர சோழன், நந்திபுரத்தையும் பழையாறையும் கவனித்துக்கொண்டு சோழப் பேரரசைக் கவனிக்கும் முழு அதிகாரத்தையும் ஆதித்த கரிகாலனுக்கு வழங்கினார். ஆதித்த கரிகாலன், இளவரசர் என்கிற போதிலும் அனைத்து அரசியல், நிர்வாக நடவடிக்கைகளையும் தன் கவனத்துக்குக் கொண்டுவந்து தன் தந்தையின் சுமையைக் குறைத்தார்.

சுந்தர சோழன், இராஷ்டிரகூடர்களுடன் போரிட்டு மீண்டும் தொண்டை மண்டலத்தைச் சோழர்களின் கட்டுப்பாட்டுக்குள் கொண்டு வந்தார். இவருடைய ஆட்சிக்காலம் முழுக்கப் புதிய பகுதிகளை வெல்வதைக் காட்டிலும் இழந்த சிறிய பகுதிகளை மீட்டுக்கொண்டு வருவதில்தான் கவனம் செலுத்த வேண்டியிருந்தது. இறுதியில், காஞ்சிபுரத்தில் மரணமடைந்தார் இரண்டாம் பராந்தகன். அவரது மரணத்துக்கு முக்கிய காரணமாக அமைந்தது அவருடைய முதல் மகனான ஆதித்த கரிகாலனுக்கு ஏற்பட்ட துயரமுடிவு.

விரைவில் தம் மகனை முழு அதிகாரத்துடன் ஆட்சியில் அமரவைத்து மன்னராக்கிவிடலாம் என்று சுந்தர சோழன் எண்ணிக்கொண்டிருந்த போது, எதிர்பாராதவிதமாக அடையாளம் தெரியாத நபர்களால் கொலை செய்யப்பட்டார் ஆதித்த கரிகாலன். இதனால் மிகவும் துவண்டுபோன சுந்தர சோழன், அந்தச் சோகத்தினாலேயே மரண மடைந்தார். உத்தம சோழனின் சூழ்ச்சியால்தான் ஆதித்த கரிகாலனுக்கு அப்படியொரு துர்பாக்கியம் ஏற்பட்டது என்பது பிறகுதான் தெரிய வந்தது.

சுந்தர சோழனின் மரணத்தையடுத்து அவருடைய மனைவியும் ராஜராஜனின் தாயுமாகிய வானவன்மாதேவி உடன்கட்டை ஏறித் தன் உயிரைப் போக்கிக்கொண்டார். (வானவன்மாதேவி, மலையமான் குலத்தைச் சேர்ந்தவர். 'ராஜராஜன் இந்திரசமானன் ராஜசர்வக்ஞன் என்னும் புலியைப் பயந்த பொன்மான்' என்று அவரைப் புகழ்ந்து பேசுகிறது ஒரு கல்வெட்டு.) ராஜராஜனுக்கு ஒரு சகோதரி, குந்தவை.

இதனால், அடுத்து ஆட்சியில் அமரப் போகிறவர் யார் என்கிற கேள்வி எழுந்தது. இன்னொரு மகனான அருண்மொழி (ராஜராஜனின் இயற் பெயர், அருண்மொழி வர்மன் அல்லது அருண்மொழி பெருமாள். பெருமாள் என்றால் அரசன் என்று அர்த்தம். அரசனைப் பெருமாள் என்று அழைக்கும் வழக்கம் இருந்திருக்கிறது.) என்கிற ராஜராஜன்தான் மன்னர் ஆவார் என்கிற எதிர்பார்ப்பு இருந்த நிலையில் ஒரு திருப்பம் ஏற்பட்டது.

சரியான வரிசைப்படி மன்னராகியிருக்கவேண்டிய மதுராந்தக உத்தம சோழன், சிறுவன் என்கிற காரணத்தால் முன்பு நிராகரிக்கப்பட்டார். இப்போது அவர் அரசுரிமை கோரினார்.

இங்கே ஓர் இடைச்செருகல் - கல்கியின் பொன்னியின் செல்வன், சோழர்களின் வரலாற்றைப் பின்புலமாக வைத்து எழுதப்பட்ட ஒரு புனைவு. பல லட்சக்கணக்கான தமிழர்கள், சோழர்களின் வரலாற்றை பொன்னியின் செல்வன் வழியாகவே நன்கு புரிந்துகொண்டார்கள்.

ஆதித்த கரிகாலனின் மரணம் பற்றி எழுதுகிற கல்கி, பரிதாப உணர்வில் உத்தம சோழனை மன்னித்துவிட்டு, ஆதித்த கரிகாலன் மர்மமான சதியால் கொலைசெய்யப்பட்டதாகவே தன் கதையில் சொல்கிறார். ஒரு சோழ மன்னன் மேல் கொலைப்பழி விழுவதை விரும்பாத கல்கி அவ்வாறு எழுதிவிட்டார்.

கல்வெட்டுகளில் உள்ள ஆதாரங்களின்படி, இரண்டாம் ஆதித்தனுக்கு அடுத்து மன்னராகத் தேர்ந்தெடுக்கப்பட்டிருக்க வேண்டிய ராஜராஜன், அதுவரைக் கட்டிக்காத்த அரசு மரபுப்படி உத்தம சோழனே மன்ன ராகட்டும் என்று சொல்லிவிட்டார். உத்தம சோழன் விரும்பும்வரை அரசாளத் தாம் சம்மதிப்பதாக அவர் கூறியது அதுவரை சோழர் வரலாறு காணாத ஒன்று.

உத்தம சோழனுக்கு ஏராளமான துணைவிமார்கள். மதுராந்தகன் கண்டராதித்தன் என்கிற ஒரு மகனும் உண்டு. இவர்தான் பிற்காலத்தில் ராஜராஜனுக்கு உற்றத் தோழராக இருந்து தன் தந்தை செய்த பாவக்கணக்குகளைத் தீர்த்தார்.

ஆதித்த கரிகாலன், கொலை செய்யப்பட்டு மரணமடைந்ததால் குற்றவாளியைப் புதிய மன்னர் விரைவில் கண்டுபிடித்துவிடுவார் என்று மக்கள் எதிர்பார்த்தார்கள். சோழ மன்னர் என்றாலும் நற்பண்புகளின் உருவமாகத்தான் இருக்கவேண்டுமா! மனித இயல்பில் உள்ள குரோதம், சூழ்ச்சி, சாகசம், பொய் முதலியவை மன்னர்களுக்கும் பொதுவானதாகத்தானே இருக்கவேண்டும். இந்தப் பொய்க்கு கண், காது, மூக்கு சேர்ப்பிப்பதில் உத்தம சோழன் வெற்றி கண்டார். அவருடைய நிஜமான முகம் பற்றி மக்களுக்குப் பின்னால்தான் தெரிய வந்தது.

சரி. இங்கே இன்னொரு கேள்வி எழவேண்டும். ஒருவேளை, ராஜராஜனை அப்பாவி, பிழைக்கத் தெரியாதவன் என்றெண்ணி உத்தம சோழன் அடுத்தத் தடையை உண்டாக்கியிருந்தால்? அதாவது தமக்குப் பிறகு, தன் மகனான மதுராந்தகன் கண்டராதித்தனை அரியணையில் அமரச் செய்திருந்தால்? அப்போதும் ஷத்ரிய தருமத்தின்படி ஆட்சிக் கட்டிலை விட்டுக்கொடுத்திருப்பாரா ராஜராஜன்?

இப்படியொரு குழப்பம் வந்துவிடக்கூடாது என்றுதான் இருவருக்கு மிடையே ஓர் ஒப்பந்தம் போடப்பட்டதாகத் தெரிகிறது. இதை உறுதிப்படுத்துகிறது திருவாலங்காட்டுப் பட்டயம்.

'அருண்மொழியின் உடலில் உள்ள சில அடையாளங்களைப் பார்த்தபோது, மூவுலகையும் காக்கும் ஆற்றல் படைத்த திருமாலே, பூ உலகுக்கு வந்திருப்பதாக நினைத்து, மதுராந்தகன் அவனை

22

இளவரசனாக்கி மண்ணுலகை ஆளும் பொறுப்பைத் தானே மேற்கொண்டான்.'

மதுராந்தகன் யார்? கண்டராதித்த சோழனின் மகன். அதாவது ராஜராஜனின் சிற்றப்பன் மகன். மதுராந்தக உத்தம சோழனை அரியணையில் அமரவைத்து வேடிக்கை பார்த்த ராஜராஜனுக்கு மக்கள் மத்தியில் பெரும் செல்வாக்கு ஏற்பட்டது. உத்தம சோழன், ஆதித்த கரிகாலனைக் கொன்றது நாளடைவில் மக்களுக்குத் தெரிய வந்தது. இதனால் மக்கள் உத்தம சோழன்மீது கடும் கோபத்தில் இருந்தார்கள்.

ராஜராஜ சோழன், மன்னராக வேண்டும் என்று மக்கள் விரும்பியதை திருவாலங்காடு பட்டயங்களும் உடையார்குடி கல்வெட்டுகளும் உறுதிப்படுத்துகின்றன. திருவாலங்காட்டுச் செப்பேடு இவ்வாறு கூறுகிறது:

'விண்ணுலகுக்குச் செல்லவேண்டும் என்ற ஆசையால் ஆதித்தன் மறைந்தான். கலியின் வல்லமையால் ஏற்பட்ட காரிருளைப் போக்க, அருண்மொழி வர்மனை அரசனாகுமாறு அவனுடைய குடிமக்கள் வேண்டினர். ஆனால், ஷத்ரிய தருமத்தை நன்கு அறிந்த அருண் மொழி அரச பதவியை மனதார விரும்பவில்லை என்று கூறி விட்டான். தன்னுடைய சிற்றப்பன் அவ்வரச பதவியை விரும்புவதை உணர்ந்தமையால் தன் சிற்றப்பன் ஆசை தீரு மட்டும் அரசனாக இருக்கட்டும் என்று அருண்மொழி அரச பதவியை மறுத்துவிட்டான்.'

ஆனால், இப்படிப்பட்ட சாதகமான நிலையிலும் சோழர் பரம்பரைக்கு எந்தவொரு மாசும் ஏற்படக்கூடாது என்பதற்காக ஒதுங்கி நின்ற ராஜராஜனின்மீது அனைவருக்கும் கரிசனம் ஏற்பட்டது. கொலைகாரன் உத்தம சோழனின் ஆட்சி, எப்போது முடியும் என்று காத்துக் கிடந்தார்கள்.

# 2

## ஆயிரத்தில் ஒருவன்

அதிகாரப் போட்டியில் மனிதர்கள் மனிதத்தை இழக் கிறார்கள். ஒவ்வொருவரும் தனிமனிதர்களாகவே இயங்கு கிறார்கள். ஆரம்ப நாள்களில் அன்பும் பண்புமாகப் பரிமளிப்பவர்கள் காலப்போக்கில் வேறு மனிதர்களாக மாற்றம் காண்பதுண்டு. அதிகாரம், அதனை ஒட்டிய பயம் இரண்டும்தான் அவர்களை இறுகக் கட்டிப்போடுகின்றன. அதிகாரப் போட்டியில் மனிதர்கள் எப்போதும் இப்படியேதான்.

நம்பிக்கையுடன் காலம் கடந்துபோகிறதே என்கிற கவலை ராஜராஜ சோழனுக்குக் கிடையாது. அவர் சந்தர்ப்பத்தைத் தேடிப் போகவில்லை. தன்னை எல்லா விதத்திலும் தகுதியுடையவராக ஆக்கிக் கொண்டார். உரிய காலத்தில் வாய்ப்பு வரும் என்பது அவரது அபார நம்பிக்கை.

ராஜராஜனுக்கும் ஆட்சியின் சூட்சமங்களைப் புரிந்து கொள்ள, நிர்வாக நெளிவு சுளிவுகளை அறிந்துகொள்ள, நாட்டைப் பற்றித் தெரிந்துகொள்ள இது ஒரு சந்தர்ப்பமாக அமைந்தது. அப்போது, சோழர் அரசக் குடும்பத்தில் ராஜராஜனும் அவர் சகோதரி குந்தவையும், ராஜராஜனை வளர்த்த பெரிய பாட்டியும் கண்டராதித்தர் மனைவியான

செம்பியன் மாதேவியாரும், அவர் மகன் மதுராந்தக உத்தம சோழரும் இருந்தனர்.

ஒரு கொலையைச் செய்துவிட்டு ஆட்சியைப் பிடித்த உத்தம சோழன், இறுதிவரை மக்களுக்குப் பிடிக்காத ஒரு மன்னராகவே வாழ்ந்து மறைந் தார். அதனால் ராஜராஜனுக்கு இருந்த ஒரு தடையும் நீங்கியது. பன்னி ரண்டு ஆண்டுகளுக்குப் பிறகு, கி.பி. 985ல், மக்களின் முழு ஆதரவோடு ராஜராஜன் அரியணை ஏறினார். அடுத்த இரண்டு நூற்றாண்டுகளுக்கு தமிழக வரலாறு புதிய திசை நோக்கிச் செல்லத் தொடங்கியது.

உத்தம சோழனின் மகனான மதுராந்தகன் கண்டராதித்தன், பதவி கேட்டு எவ்விதத் தகராறும் செய்யவில்லை. ராஜராஜனுக்கு மக்களி டையே இருந்த செல்வாக்கைப் பார்த்தபோது, அவரைத் தவிர வேறு யார் அரியணையில் அமர்ந்தாலும் ஒரு பெரிய கிளர்ச்சியே ஏற்படும் என்கிற நிலையை கண்டராதித்தன் நன்கு உணர்ந்திருந்தார்.

விஜயாலயன் ஆட்சிக்கு முன்பு, சோழர்களின் தலைநகராக பழையாறை இருந்தது. ஆனால், கி.பி. 850ல், தஞ்சை நகரைக் கைப்பற்றியதில் இருந்து சோழர்களின் தலைநகர் என்கிற அந்தஸ்து தஞ்சாவூருக்குக் கிடைத்தது. பழையாறையில் சோழர்களுக்கு அரண்மனைகளும் மாட மாளிகைகளும் இருந்தன. அங்கு அவர்கள் குறுநில மன்னர்களாகவே வாழ்ந்ததால் ஒரு மாற்றத்துக்காகத் தங்கள் இருப்பிடத்தைத் தஞ்சாவூருக்கு மாற்றினார்கள்.

கி.பி. 8ம் நூற்றாண்டுவரை, சோழர்கள் தஞ்சாவூரில் வாழ்ந்த சரித்திரம் இல்லை. ஆனால், விஜயாலயன் ஆட்சி ஆரம்பித்தது முதல் தஞ்சாவூரைச் சோழ அரசர்கள் விரும்ப ஆரம்பித்தார்கள். ஊரின் மையப்பகுதியில் ஓடும் காவிரியாற்றின் சத்தம், கால்மாட்டில் வைத்துத் தாலாட்டுவதுபோல இருந்தது. தஞ்சாவூர் மண், மனத்துக்கு அவ்வளவு நெருக்கமாக இருந்தது. தஞ்சாவூர், சோழர்களின் தலைநகராகி, சோழப் பேரரசின் மையப்புள்ளியுமாகியது.

சோழர்களின் தலைநகராக ஆனது முதல் காஞ்சிபுரம் போலத் தஞ்சாவூரும் ராஜ களை அடைந்தது. தம் முன்னோர்கள் வாழ்ந்த நகரம், சோழர்களின் தலைநகரம் என்கிற காரணங்கள் மட்டுமில்லாமல் தஞ்சாவூர் ஏராளமான சிவாலயங்கள் கொண்ட ஒரு பக்தி நிலமாகவும் இருந்ததால், ராஜராஜனின் அரசியல் வாழ்க்கையும் தஞ்சாவூரிலிருந்தே தொடங்கியது.

தஞ்சாவூரில் இருந்த சோழர் அரண்மனை, ராஜராஜனின் வாழ்விட மாகவும் தலைமைச் செயல் அலுவலகமாகவும் மாறியது. இருமுடிச் சோழன் அல்லது தஞ்சாவூர்க் கோயில் என்று பெயர்கொண்ட அந்த

அரண்மனையில் திருமஞ்சனசாலை என்கிற அரங்கம் உண்டு. அங்குதான் ராஜராஜனுக்கு மகாபிஷேகம் நடைபெற்றது. ராசியான இடமென்பதால் திருமஞ்சனசாலையில் தான் பல அறக்கட்டளைகள் நிகழ்ச்சிகள் நடைபெற்றன.

கி.பி. 985, ஜூன் 25ம் தேதிக்குப் பிறகு, சில நாள்களில் சுந்தர சோழனுக்கும் வானவன் மாதேவிக்கும் பிறந்த அருண்மொழி வர்மன் என்கிற ராஜராஜன் அரியணை ஏறினார். முடிசூட்டு விழாவில்தான் அவருக்கு 'ராஜராஜன்' என்கிற அபிஷேகப் பெயர் சூட்டப்பட்டது. (ராஜராஜன், எந்த வருடத்தில் பிறந்தார் என்கிற தகவல் இல்லை. ஆனால், ஐப்பசி திங்களின் சதய நாளில் பிறந்தார் என்பது மட்டும் உறுதி. இதனால்தான், ராஜராஜன் காலத்தில் உருவான கோயில்களில் சதய நாளில் திருவிழா எடுக்கப்பட்டது.)

ஆதித்த கரிகாலன் கொலையுண்ட பிறகு, உத்தம சோழனின் ஆட்சி நடந்தது. அப்போது ஆதித்த கரிகாலனைக் கொலை செய்தவர்கள் பிடிபடவில்லை. ஆனால், 16 வருடங்கள் கழித்து, ராஜராஜன் ஆட்சிக்கு வந்த பிறகு அவர்கள் தண்டிக்கப்பட்டார்கள்.

ஆதித்த கரிகாலனைக் கொலை செய்த துரோகிகளான ரவிதாஸன், சோமன் சாம்பவன் மற்றும் கொலையுடன் தொடர்பு உடையவர்களின் சொத்துக்கள் பறிமுதல் செய்யப்பட்டன. காட்டுமன்னார்கோயில் என்று இன்று வழங்கப்படும் உடையார்குடி என்ற இடத்திலுள்ள கோயிலின் பின்சுவரில் இந்த விஷயம் பொறிக்கப்பட்டிருக்கிறது.

இந்தக் கொலையில் உத்தம சோழனுக்கும் பங்கிருப்பதைக் கல்வெட்டு சூசகமாக அறிவிக்கிறது. கல்வெட்டில் துரோகிகள் தண்டிக்கப் பட்டுள்ளனர் என்று குறிப்பிடப்பட்டிருக்கிறது. ஆதித்த கரிகாலனைக் கொலை செய்தவர்கள் பாண்டியர்களோ, இல்லை சேரர்களோ என்றால் எதிரிகள் என்றுதான் கல்வெட்டில் பொறிக்கப்பட்டிருக்கும். ஆனால், கொலை செய்தவர்கள் கூடவே இருந்து குழி பறித்தவர்கள் என்பதால் துரோகிகள் என்று சொல்லப்பட்டிருக்கிறது. ராஜராஜன் ஆட்சிக்கு வந்தவுடனே ஆதித்த கரிகாலனைக் கொலை செய்தவர் களுக்குத் தண்டனை கொடுத்தது மக்களுக்குப் பெரும் மகிழ்ச்சியைக் கொடுத்திருக்க வேண்டும்.

கல்வெட்டுகள் மூலமாக ராஜராஜனின் குடும்பம் பற்றி ஏராளமான தகவல்கள் கிடைக்கின்றன. ராஜராஜனுக்குக் குறைந்தது 15 மனைவி களாவது இருந்திருக்க வேண்டும். உலகமகா தேவியார், திட்டை பிரான் மகள் சோழ மாதேவியார், அபிமானவல்லியார், திரைலோக்கிய மாதேவியார், பஞ்சவன் மாதேவியார், பிருதிவி மாதேவியார், இலாட

மாதேவியார், மீனவன் மாதேவியார், நக்கன் தில்லை அழகியார், காடன் தொங்கியார், கூந்தன் வீராணியார், இளங்கோன் பிச்சியார் ஆகிய பெயர்கள் கல்வெட்டுகளில் உள்ளன. ராஜராஜன் இவர்களை 'நம் பெண்டுகள்' என்று கல்வெட்டுகளில் குறிப்பிட்டுள்ளார்.

ராஜராஜனுக்கு மூன்று மகள்கள். குந்தவை (இவர் தான் சாளுக்கிய மன்னரைத் திருமணம் செய்துகொண்டார்), இன்னொரு பெண், சந்திர மல்லி என்கிற மாதேவடிகள். அக்காவின் மீது கொண்ட பாசத்துக்காக ஒரு பெண்ணுக்குக் குந்தவை என்றும் தன்னை வளர்த்த பாட்டி செம்பியன் மாதேவிக்காக மாதேவடிகள் என்றும் தன் பெண்களுக்குப் பெயர் சூட்டினார் ராஜராஜ சோழன். மூன்றாம் பெண்ணின் பெயர் எந்தக் கல்வெட்டிலும் குறிப்பிடப்படவில்லை. ஒரே மகனான மதுராந்தகன் என்கிற ராஜேந்திர சோழன், வானவன் மாதேவி எனப் பட்ட திரிபுவனமா தேவியாரின் மகன். ராஜராஜ சோழனின் அக்கா குந்தவையின் கணவர், வல்லவரையார் வந்திய தேவர். இவர்களுடைய மகள், இளங்கோன் பிச்சியார்.

தன்னை வளர்த்த பாட்டி செம்பியன் மாதேவிக்கு திருமுக்கூடலில் ஒரு மண்டபம் கட்டிய ராஜராஜன், தன் பாட்டன் அரிஞ்சயனுக்கு வட ஆற்காட்டில் உள்ள மேல்பாடியில் அரிஞ்சிகை ஈச்சரம் என்கிற கோயிலை எழுப்பினார். ஆயிரம் தான் இருந்தாலும் அவர்கள் வழங்கிய சோழ மண்டலம் அல்லவா அவர் கையில் இருக்கிறது?

முத்தரையர்கள் தஞ்சாவூரை ஆண்டபோது, அவர்களுக்கென்று சொந்தமாக அரண்மனை ஒன்று இருந்திருக்கிறது. அதன் அழகில் மயங்கிய விஜயாலயன், அதையே கொஞ்சம் விரிவுபடுத்தி அதில் வசிக்க ஆரம்பித்தார். சோழர் காலத்தில் அரண்மனையே அவர்களுடைய தலைமை இடமாக இருந்திருக்கிறது. விஜயாலய சோழனுக்குப் பிறகு ஆட்சிக்கு வந்த ஆதித்த சோழன், பராந்தக சோழன், கண்டராதித்த சோழன் ஆகிய அனைவரும் தஞ்சையையும் அதன் எழில் அரண் மனையும் விட்டு வேறு இடத்துக்குச் செல்ல யோசிக்கக்கூட இல்லை. ஆனால், சுந்தரசோழன் காலத்தில் தஞ்சை அரண்மனைக்கு வேலை யில்லாமல் போய்விட்டது.

தஞ்சை அரண்மனையை விடவும், பழையாறை முடிகொண்ட சோழ புரத்து அரண்மனையையும் நந்திபுரத்து ஆயிரத்தளி அரண்மனையையும் சுந்தரசோழனும் அவர் குடும்பத்தினரும் விரும்பினார்கள். இதனால், மீண்டும் சோழர்களின் தலைமையிடமாக பழையாறை ஆனது. ஆனால், ஆதித்த கரிகாலன் காலத்தில், அவர் தஞ்சை அரண்மனையில் இருந்து ஆட்சியின் நிர்வாகங்களைக் கவனித்துக்கொண்டார். பாண்டிய மன்னனைக் கொன்று, அவன் தலையைக் கொய்து, தஞ்சாவூர்க்

கோட்டை வாசலில் இருந்த மரக்கழியின் உச்சியில் சொருகியவர் ஆயிற்றே அவர்!

ராஜராஜனின் அரண்மனையில் காற்றும் வெளிச்சமும் வருகிறார்போல அறைகள் இருந்தன. ராஜராஜனின் அறையின் அலங்காரங்கள் மாட மாளிகை போலக் காட்சியளித்தன. அரசரும் மந்திரிகளும் விவாதம் செய்வதற்கு வசதியாக விசாலமான அறைகள் உருவாக்கப்பட்டன. அரண் மனைக்குள் இசை அரங்கம், நடன அரங்கம், நாடக அரங்கம், மகளிர் பந்தாடும் இடம், பூஞ்சோலை, செய்குளம் போன்றவை இருந்தன.

அரண்மனையில் பல பணிகளுக்குப் பெண்கள் நியமிக்கப்பட்டார்கள் அரண்மனை நீராட்டு அறையிலும் மடைப்பள்ளியிலும் பெரும்பாலும் பெண்களே பணிபுரிந்தார்கள். சோழர் காலத்தில் அரண்மனைப் பணிப் பெண்கள் பொதுவாகப் பெண்டாட்டிகள் என்றழைக்கப்பட்டார்கள்.

ராஜராஜன் ஓவியக்கலையைப் போற்றுகிறவர் என்பதைப் பெரிய கோயிலைப் பார்க்கிற அத்தனை பேரும் சொல்லிவிடமுடியும். பெரிய கோயிலில் மட்டுமல்ல தான் வசித்த அரண்மனையிலும் சித்திரக்கூடம் ஒன்றை உருவாக்கியுள்ளார். அதில் பல அற்புதமான ஓவியங்கள் பார்வைக்கு வைக்கப்பட்டிருந்தன.

சரி, ராஜராஜனும் அவருக்குப் பின்னால் வந்த சோழ அரசர்களும் ஆண்டு அனுபவித்த அந்த அரண்மனை இப்போது எங்கு இருக்கிறது? வடக்கில் முகலாய அரண்மனைகளும் ஜெய்ப்பூர் அரண்மனைகளும் இன்றும் மின்னிக்கொண்டிருக்கிறதே! எனில், எங்கே போனது ராஜராஜன் அரண்மனை?

ராஜராஜனின் வரலாறு உள்பட சோழர்களின் வரலாற்றை கல்வெட்டு மற்றும் இலக்கியப் பாடல்கள் வழியாகவே அறிந்து வருகிறோம். இந்தக் கல்வெட்டுகள் கிடைப்பதில் சில சுவாரசியங்களும் உள்ளன. 1989ல், ஒரு ராஜராஜன் காலத்துக் கல்வெட்டு கிடைத்தபோது கல்வெட்டாய்வாளர்கள் அடைந்த சந்தோஷத்துக்கு அளவே இல்லை.

1989ம் ஆண்டு, தஞ்சாவூர் சீனிவாசபுரத்துக்கு அருகே உள்ள ராஜராஜன் நகரில், வீடு கட்டக் கடைக்கால் தோண்டப்பட்டது. யார் அந்த நகருக்கு அந்தப் பெயர் வைத்தார்களோ தெரியாது. ஆனால், அந்த ராஜராஜன் நகரில் ராஜராஜன் காலத்துக் கல்வெட்டு ஒன்று பூமிக்கடியில் இருந்திருக்கிறது.

பத்தடி ஆழத்துக்குக் கீழே பெரிதான கல்தூண் ஒன்று கல்வெட்டு களுடன் புதைந்திருந்தது. அந்தக் கல்வெட்டின் அருமை அறியாத வீட்டின் உரிமையாளர் அந்தத் தூணைப் பல துண்டுகளாக

28

வெட்டியெடுத்து, மேலே சிமெண்ட் பூசி கட்டுமான வேலைக்குப் பயன்படுத்த நினைத்தார்.

இதை அறிந்த பத்திரிகையாளர்கள் உடனே மாவட்ட ஆட்சியரிடம் முறையிட்ட பிறகு, கல்வெட்டு, வீட்டு உரிமையாளரிடம் இருந்து வாங்கப்பட்டது. அந்தக் கல்தூண் இப்போது தமிழக அரசின் தொல்லியல் துறையால் தஞ்சை ராஜராஜன் அருங்காட்சியகத்தில் வைக்கப்பட்டுள்ளது.

அந்தக் கல்தூணில் பொறிக்கப்பட்டுள்ள தகவல்கள் அனைத்தும் பொக்கிஷம் என்று வரலாற்று ஆசிரியர்கள் மெச்சுகிறார்கள். வழக்கமாக ராஜராஜன் காலத்துக் கல்வெட்டுகள் திருக்கோயிலுக்கும் ராஜராஜனின் அரசு நடவடிக்கைகளுக்கும் உரியதாகவே இருக்கும். ஆனால், இந்தக் கல்தூண், ராஜராஜனின் புகழ்பாடுவதாக உள்ளது.

இந்த இடத்தில் கொஞ்சம் கல்வெட்டு ஆராய்ச்சிகளை நாம் அறிந்து கொள்ளலாம். இவைதான் நம் வரலாற்று நாயகர்களைக் கண்முன் நிறுத்தும் பொக்கிஷங்கள். தமிழக வரலாற்றின் புதிய செய்திகளை அறிந்துகொள்ள வேண்டுமென்றால் கல்வெட்டு ஆய்வுதான் ஒரே வழி. கல்வெட்டுப் படிப்பது என்பது ஒரு கலை. கே.வி. சுப்ரமணிய ஐயர் போன்ற கல்வெட்டாய்வாளர்களால் தான் தமிழக வரலாற்றுக்குப் புதிய கதவு திறக்கப்பட்டது.

சுப்பிரமணிய ஐயர், தமிழ்க் கல்வெட்டியலின் தந்தை என்று பெருமையுடன் அழைக்கப்படுகிறார். சோழர் சரித்திரம் எழுதிய நீலகண்ட சாஸ்திரி பல இடங்களில் சுப்ரமணிய ஐயரின் ஆதாரங்களையே மேற்கோள் காட்டுகிறார்.

சங்க காலப் பிராமி கல்வெட்டுகள் கிடைத்தபோது, அவற்றில் பல கல்வெட்டுகள் பிராகிருதமும் தமிழும் கலந்த ஒரு மணிப்பிரவாள நடையில் எழுதப்பட்டிருக்கலாமோ என்று எண்ணிப் பலரும் குழம்பிப் போனார்கள். அவை படிக்கவும் கடினமாக இருந்தன.

பதினைந்தாம் நூற்றாண்டுக்குப் பிறகு வெட்டப்பட்ட கல்வெட்டுகளைச் சுலபமாகப் படித்துவிட முடியும். காரணம், அதற்குப் பிறகு, தமிழ் எழுத்துகளில் அவ்வளவாக மாற்றம் கொண்டுவரப்படவில்லை. கல்வெட்டுகள் எவ்வளவுக்கெவ்வளவுப் பிந்தியதோ அவ்வளவுக்கவ்வளவு படிப்பதற்கு மிகவும் கடினமாக இருக்கும். இந்த நிலையில் படிக்கமுடியாத கல்வெட்டுகள் எல்லாம் தமிழ் மொழியில் எழுதப்பட்ட கல்வெட்டுகள்தான் என்று பெரும் குழப்பத்தைத் தீர்த்து வைத்தார் கே.வி. சுப்பிரமணிய ஐயர். கூடவே, அந்தக் கல்வெட்டுகளின் பொருளையும் சொன்னார்.

சோழர் காலத்துக் கல்வெட்டு

பொதுவாகக் கல்வெட்டுகளில் பார்ப்போம், யாரோ ஒரு முதியவர் எழுதியதுபோல எழுத்துகள் வளைந்தும் நெளிந்தும் எழுதப் பட்டிருக்கும். அப்படிப்பட்ட கல்வெட்டுகளை எப்படி படிப்பார்கள்? தஞ்சாவூர் சீனிவாசபுரத்து ராஜராஜன் நகர் கல்வெட்டை எப்படி படித்திருப்பார்கள்?

கல்வெட்டுப் படிப்பது என்பது உண்மையிலேயே கடினமான ஒன்றாகும். இன்று நாம் பார்க்கிற கல்வெட்டுகள் எல்லாமே பல நூற்றாண்டுகளாக மண்ணுக்குள் இருப்பவை. கல்வெட்டுகள் மழையில் நனைந்து, வெயிலில் காய்ந்து, கற்கள் சேதாரமாகி, சில இடங்களில் கல்வெட்டுகள் முழுமையாக இல்லாமல் சிதைந்து போயிருக்கும். உடனே, அந்தக் கல்வெட்டுப் படிக்க லாயக்கு இல்லாதது என்று ஒதுக்க முடியாது. சிதைந்த இடங்களை விட்டுவிட்டு மற்ற இடங் களைப் படிக்க முடியும். அதில் இருந்து என்ன விதமான அரிய தகவல்கள் கிடைக்கின்றவோ, யார் கண்டார்?

சோழர் காலக் கல்வெட்டின் மொழிநடை, இலக்கிய மொழிநடையில் இருக்காது. கல்வெட்டு மொழிநடை என்பது முழுமையாகக் கொச்சை வடிவில் இருக்காது என்றாலும் ஆவண மொழிநடையில், அதாவது யதார்த்தமான மொழிநடையில் இருக்கும்.

ராஜராஜன் காலத்துக் கல்வெட்டுகள் அனைத்தும் தமிழில்தான் எழுதப் பட்டிருந்தன. பல்லவர்களின் கிரந்தக் கல்வெட்டுகளையும்,

பிற்காலத்தில் வந்த நாயக்கர், விஜயநகர மன்னர்களின் தெலுங்குக் கல்வெட்டுகளையும் தவிர, மற்ற தமிழ் மன்னர்களின் கல்வெட்டுகள் எல்லாம் அனேகமாகத் தமிழிலேயே எழுதப்பட்டுள்ளன.

ராஜராஜன் கல்வெட்டுகளில் ஆரம்ப வார்த்தை 'ஸ்வஸ்திஸ்கர்' என்று இருக்கும். அப்படியென்றால், வடமொழியில் 'மங்களம் உண்டாகட்டும்' என்று அர்த்தம். அதேபோலக் கல்வெட்டுகளில் வருடங்கள் தமிழ் எண்களால் குறிக்கப்பட்டிருக்கும். ய என்றால் பத்து, உ என்றால் இரண்டு. இதன் அடிப்படையில், பன்னிரெண்டாம் வருடம் என்பதை யஉ என்று குறிக்கப்பட்டு இருக்கும்.

சோழர்களின் வரலாறு பற்றி இருபதாம் நூற்றாண்டு வரை சரியான ஆதாரங்கள் கிடையாது. 1900க்குப் பிறகு, தமிழகத்தின் பல இடங்களில் கிடைக்கப்பெற்ற தொல்பொருள் சின்னங்கள்தான் (கீழைச் சாளுக்கிய மன்னர்களின் செப்பேடுகள், சோழர்களின் கல்வெட்டுகள்) சோழர்களின் வரலாற்றைக் கொஞ்சம்கொஞ்சமாக வெளிச்சம் போட்டுக் காட்டின. இலக்கியங்கள், கல்வெட்டுகள் ஆகிய இரண்டை யும் தாண்டி சோழர்களின் கற்கோயில்களும் ஆராய்ச்சிக்கு உட்படுத்தப் பட்டன. மேகம் மறைந்து முழு நிலவு தெரிந்தபோது பல ஆச்சரியங் களும் மேலும் பல கேள்விகளும் பிறந்தன.

தஞ்சாவூர் சீனிவாசபுரத்துக்கு அருகே உள்ள ராஜராஜன் நகர் கல் தூண், ராஜராஜனை மும்முடிச் சோழன் என்று வர்ணிக்கிறது. தஞ்சாவூர் சோழர் அரண்மனையின் தலைமை மாளிகையின் பெயர், இருமுடிச் சோழன். இதே அரண்மனையின் திருமதிலுக்கு மும்முடிச் சோழன் என்று பெயர். இவற்றையெல்லாம் வைத்துப் பார்க்கும் போது கடைக்கால் தோண்டும்போது கண்டெடுக்கப்பட்ட அந்தக் கல்தூண், ராஜராஜனின் அரண்மனையைச் சேர்ந்ததாக இருக்க வேண்டும்.

தஞ்சாவூரில் உள்ள சீனிவாசபுரம், ராஜராஜன் நகர் ஆகிய பகுதிகளில் தான் ராஜராஜன் வாழ்ந்த அரண்மனை இருக்கமுடியும் என்று ஊகிக்க முடிகிறது. அதேபோல இன்றைய தஞ்சாவூரைச் சேர்ந்த பகுதிகளான சீனிவாசபுரம், செக்கடிமேடு, சிங்கப்பெருமாள் குளம் போன்ற பகுதி களில் சோழ மக்கள் வசித்திருக்கலாம் என்றும் அறியப்படுகிறது.

சமீபத்திய ஆய்வுகளின்படி, இப்போதுள்ள கீழவாசல் குயவர் தெருவில் தொடங்கி மேலவெளி அரங்க உடையான் ஏரி வரை கிழக்கு மேற்காகவும், பெரிய கோயிலுக்குத் தெற்கில் உள்ள நீலகிரி வட்டம் தெற்குத் தோப்பிலிருந்து வடக்கே வெண் ஆற்றங்கரை வரை ராஜராஜன் காலத்துத் தஞ்சை நகர் பரந்து விரிந்து இருந்திருக்கிறது.

ராஜராஜன் வசித்த அரண்மனை இப்போது எங்கிருக்கிறது என்பது பல விவாதங்கள் கொண்டதாக இருக்கிறது. ஆனால், ராஜராஜன் பயன் படுத்திய அரண்மனை நிச்சயம் பழையாறை அரண்மனைகளை விடவும் தகதகவென மின்னியிருக்கும் என்பதில் மாற்றுக்கருத்து இருக்க முடியாது. கல்வெட்டுகளில் ராஜராஜன் வாழ்ந்த அரண்மனை தஞ்சாவூர்க் கோயில் என்று குறிக்கப்பட்டுள்ளது. (கோ என்றால் அரசன் இல் என்றால் இல்லம். அரசனின் இல்லம்.)

ஆட்சியில் அமர்ந்ததும் முதல் வேலையாக, சோழர்களின் எல்லைகளை விரிவுபடுத்த ஆயத்தம் ஆனார். சோழர்களின் பகுதிகள் அனைத்தும் சோழ மண்டலம் என்றழைக்கப் படவேண்டும் என்று ஆணையிட்டார்.

முதலாம் ஆதித்தன் ஆட்சிக்காலத்தில் சோழநாடு அவ்வளவு பெரிய சாம்ராஜ்ஜியம் கிடையாது. 'சோழநாடு' என்கிற வட்டத்துக்குள் தஞ்சாவூரும் திருச்சிராப்பள்ளியும் மட்டுமே இருந்தன. ஆதித்தரின் போர்த்திறமையால் தொண்டை நாடும், கொங்கு நாடும் சோழர்களின் கைக்கு வந்தது. அவர் மகன் முதலாம் பராந்தகன் பாண்டிய நாட்டை யும் இலங்கையின் சில பகுதிகளையும் வளைத்து, சோழப் பேரரசின் எல்லையை விரிவுபடுத்தினார். இப்படியொரு பரந்த நிலப்பரப்பில் தான் ராஜராஜனின் ஆட்சி தொடங்கியது.

ராஜராஜன் காலத்திய சோழ மண்டலத்தின் எல்லைகளாகக் கிழக்கே வங்கக்கடலும், மேற்கில் திருச்சி நாமக்கல் பெருவழியில் முசிறிக்கு மேற்கே 12 கல் தொலைவில் உள்ள கொல்லி மலையிலிருந்து ஆரம்பித்துக் காவிரியில் கலக்கும் கரைப் போத்தனாறும், காவிரிக்குத் தென்கரையில் குளித்தலைக்கு மேற்கே மாயனூரின் அருகே உள்ள கோட்டைக்கரையும், வடக்கில் தென்னாற்காடு மாவட்டத்திலுள்ள ஏணாட்டு வெள்ளாறும் தெற்கே புதுக்கோட்டையின் திருமயத்துக்குத் தெற்கே செல்லும் வெள்ளாறும் ஆகும் என்று சோழ மண்டலச் சதகம் குறிப்பிடுகிறது. இன்னும் புரியும்படியாகச் சொல்வதென்றால் இன்றைய தஞ்சை, திருச்சி, தென்னாற்காடு மாவட்டங்களே சோழ மண்டலம் என்றழைக்கப்பட்டன.

நாம் இப்போது மாவட்டம், தாலுகா என்று குறிப்பிடுவதை ராஜராஜன் காலத்தில் வளநாடு என்று அழைத்தார்கள். ஒவ்வொரு ஊரும் கூற்றம் என்று குறிப்பிடப்பட்டன. சோழ மன்னர்கள் தங்களுடைய விருதுப் பெயர்களையே ஒவ்வொரு வளநாட்டுக்கும் பெயர்களாகச் சூட்டி னார்கள்.

ராஜராஜனின் விருதுப் பெயர்களான பாண்டிகுலாசனி, சத்ரிய சிகாமணி, கேரளாந்தகன், அருள்மொழித்தேவன் போன்றவை

32

வளநாடுகளின் பெயர்களாக மாற்றம் கொண்டன. ‘ஏன் உங்கள் பெயர்களைத்தான் வைப்பீர்களா, எங்கள் பெயர்களை வைத்தால்தான் என்னவாம்?’ என்று கேட்டு ராஜராஜனின் 15 மனைவிகளும் அவரிடம் கேள்வியெழுப்பியிருக்க வேண்டும். விளைவாக, உலக முழுதுடை யாள், தரணி முழுதுடையாள், உலகுடை முக்கோக்கிழானடி என்கிற சோழ அரசிகளின் பெயர்களிலும் வளநாடுகள் பதிவு செய்யப்பட்டன.

சரி, நம் அப்பன், தாத்தன் வைத்த பெயர்கள்தானே என்று பின்னால் வந்த சோழ மன்னர்கள் இந்தப் பெயர்களைப் பூஜிக்கவில்லை. அவரவர் அவரவருக்கு இஷ்டப்பட்ட பெயர்களை வளநாடுகளுக்கு வைத்தார்கள். சத்ரிய சிகாமணி வளநாடு என்று முதலாம் ராஜராஜன் காலத்தில் இருந்த வளநாடு அதற்குப் பிறகு வந்த முதல் குலோத்துங்க சோழனால் குலோத்துங்க சோழ வளநாடு என்று பெயர் மாற்றம் செய்யப்பட்டது. மொத்தமாகச் சோழர்கள் வரலாற்றில் 48 வளநாடு களின் பெயர்கள் கல்வெட்டுகளில் காணப்படுகின்றன.

சரி, இதில் தஞ்சாவூர், எந்த வளநாட்டின் பெயரில் வருகிறது? ராஜராஜ னுக்கு உள்ள ஏராளமான விருதுப் பெயர்களில் ஒன்று, பாண்டிய குலாசனி. பாண்டிய மன்னர்களின் குலத்துக்கு இடி போன்றவன் என்று இதற்கு அர்த்தம். ராஜராஜனின் முதல் வெற்றி, பாண்டியர்களுடன் போரிட்டுக் கிடைத்ததால் இந்தப் பெயர் ராஜராஜனுக்கு வழங்கப் பட்டது. இதனால் தஞ்சாவூரைத் தலைநகராகக் கொண்ட ஜில்லா வுக்குப் பாண்டிய குலாசனி வளநாடு என்று பெயரிடப்பட்டது.

தமிழ் மன்னர்களில் நிரந்தர ராணுவம் வைத்துக்கொள்வதின் அவசியத்தை முதலில் உணர்ந்தவர் ராஜராஜன். அதற்கு முன்பிருந்த மன்னர்கள் போர்த்தேவைக்காக மட்டுமே ராணுவத்தைத் திரட்டி னார்கள். ஆனால் இங்கே, மக்களுக்கும் அரசுக்கும் பிணைப்பு ஏற்படுத்தும் ஓர் இயக்கமாக ராணுவத்தை மாற்றினார் ராஜராஜன்.

மெள்ள மெள்ளப் போர்ப்படையை வலுப்படுத்தினார். நெஞ்சு முழுக்கக் கனவுகள். தேசம் முழுக்க சோழர் கொடி பட்டொளி வீசிப் பறக்க வேண்டுமென்றால் அது போர்ப்படையின் திறனால் மட்டுமே சாத்தியமாகும் என்பதை மனப்பூர்வமாக உணர்ந்திருந்தார். ஆற்றல் மிக்க தரைப்படையும் கப்பற்படையும் இருந்துவிட்டால் சோழர்களை யாரும் அசைக்கமுடியாது என்பது ராஜராஜனின் அசைக்கமுடியாத நம்பிக்கையாக இருந்தது.

ராஜராஜன், தன் படைகளை எந்தளவுக்கு வலுவாக வைத்திருந்தார் என்பதற்கு கி.பி. 1178ல் சீன அறிஞர் ஒருவர் ராஜராஜனின் சோழற் படையை விவரித்ததை வைத்து அறிந்துகொள்ளலாம்.

‘இந்நாடு மேற்கு நாடுகளுடன் போரிட்டுக் கொண்டிருக்கிறது. அரசாங்கத்தினரிடம் ஏறக்குறைய அறுபதாயிரம் போர் யானைகள் உள்ளன. ஒவ்வொரு யானையும் ஆறு அல்லது ஏழடி உயரம் உள்ளது. போரிடும்போது யானைகள்மீது அம்பாரிகள் அமைத்து அவற்றில் அமர்ந்து வீரர்கள் வெகுதூரத்துக்கு அம்பு எய்துகிறார்கள். வீரர்கள் ஈட்டிகளாலும் எதிரிகளைத் தாக்குகிறார்கள். வெற்றி அடைந்தவுடன் யானைகள் கௌரவிக்கப்படுகின்றன. அவற்றுக்குத் தங்கத்தாலான அம்பாரிகள் பரிசாகத் தரப்படுகின்றன. அரசர் முன்பு ஒவ்வொரு நாளும் யானைகள் கொண்டுவரப்படுகின்றன.’

*நிஜம்தான். ராஜராஜன் காலத்தில் பலம் வாய்ந்த மூன்று வகைப் படைகள் இருந்தன. அவை யானைப் படை, குதிரைப் படை, காலாட் படை என்பன. இவை தவிர கப்பற்படையும் ராஜராஜனின் சிறந்த போர் ஆயுதமாக விளங்கியது.*

*அம்பாசமுத்திரத்தில் கிடைத்த ஒரு கல்வெட்டொன்று, ராஜராஜன் போர்ப்படை எவ்வாறு செயல்பட்டது என்பதைப் பொருத்தமாக விளக்குகிறது.*

‘மூன்று மகா சேனை வீரர்கள் (அதாவது மூன்று அங்கங்களைக் கொண்ட பெரும் சேனை என்று அர்த்தம்), விஷ்ணுவையும் சிவ பெருமானையும் வழிபட்டனர்; கன்னரதேவனைத் தோற்கடித்துத் துரத்தினர். காங்கேயனைக் கொன்றனர்; கடல் கடந்து கிழக்குத் திசை நோக்கிச் சென்று மாத்தோட்டத்தை அழித்தனர்; மலை நாட்டைக் கைப்பற்றினர்; வள்ளன் என்கிற சாளுக்கியரை ஓடஓட விரட்டினர்; வனவாசி நகரைக் கைப்பற்றினர்; தங்களை எதிர்த்த வடுகர்களை முறியடித்தனர்; வாதாபிக் கோட்டையைத் தகர்த்து அந்நகரைக் கைப்பற்றினர்; இவர்கள் மூவகையான சேனையைச் சேர்ந்த அஞ்சாநெஞ்சம் படைத்த வீரர்கள்.’

*கடற்படை, உள்நாட்டின் படை ஆகிய அனைத்துப் படைகளுக்கும் ராஜராஜனே தலைவராக இருந்தார். ராஜராஜனின் எழுபது போர்ப் படைகளின் விவரங்கள் கல்வெட்டுகளில் இடம்பெற்று உள்ளன. மூன்று கை மகாசேனை, காலாட்படை என்று போருக்கேற்ற விதவிதமான போர்ப்படைகள் உருவாக்கப்பட்டன.*

*ராஜராஜனின் போர் வீரர்கள் அவர்மேல் அபாரமான பிரியமும் விசுவாசமும் கொண்டவர்களாக இருந்தார்கள். நவகண்டம் கொடுப்பது என்பது சோழர் காலத்தில் நடைமுறையில் இருந்த ஒரு யதார்த்தம். சோழ அரசர்களுக்காக ராஜவிசுவாசிகள் நவகண்டம் என்ற பெயரில் தம்மைத் தாமே பலியிட்டுக்கொள்வது சோழர் வரலாற்றில் பல முறை நிகழ்ந்துள்ளது.*

கல்வெட்டுடன் கூடிய ஒரு சோழர் கால நவகண்டச் சிற்பம் ஒன்றில் இது குறித்த ஒரு சம்பவம் பதிவு செய்யப்பட்டுள்ளது. அதில் ‘பொன்னி மகன் பிளைக்க’ என்று பொறிக்கப்பட்டுள்ளது. மரணத் தறுவாயில் உள்ள அரசரின் உயிர் பிழைக்கவேண்டும் என்பதற்காக நேர்ந்துகொண்டு தன்னுயிரைப் பலிகொடுத்த ஒரு ராஜவிசுவாசி சிற்பம் அது (இந்தக் கல்வெட்டு, தொல்லியல் துறையின் கட்டுப்பாட்டில் இயங்கும் தஞ்சை மராட்டா தர்பார் அகழ்வைப்பகத்தில் வைக்கப்பட்டுள்ளது).

ராஜராஜன் அருகில் இருந்து அவருக்கு ஏற்படும் ஊறுகளைக் களைய வலங்கை வேளைக்காரப்படை ஒன்று உருவாக்கப்பட்டது. கைக்கோளர் படை என்கிற ஒரு படை இருந்தது. கைக்கோளர் என்றால் அது நெசவாளரைக் குறிப்பதாகாது. கைப்பலம் கொண்ட வீரர்களுக்கென்று தனியாக உருவாக்கப்பட்ட படை அது.

ஒருசமயம் சோமூர் என்கிற ஊரில் சூரியகிரகணத்தையொட்டி வழக்க மாக நடக்கவேண்டிய அம்மன் திருவிழாவை நடத்தத் தவறிய கோயில் அதிகாரிகளுக்கு அபராதம் விதிக்கப்பட்டது. அதை அவர்களிடமிருந்து வசூல் செய்ய இந்தக் கைக்கோள் படை பெரிதும் உதவியிருக்கிறது.

வில்லேந்திய வீரர்கள் வில்லிகள் என்றும் வாளேந்திய வீரர்கள் வாள்பெற்ற கைக்கோளர்கள் என்றும் அழைக்கப்பட்டார்கள். இடங்கை வேளைக்காரர் என்றொரு பிரிவு உண்டு. அதாவது இவர்கள் தாற்காலிகப் படை வீரர்கள். போரின்போது வீரர்கள் அதிகமாகத் தேவைப்படுகிற நிலை வரும்போது இவர்கள் போர்ப்பணியில் நியமிக்கப்படுவார்கள்.( பிற்காலப் பாண்டிய நாட்டில் இதுபோல ஒரு படை உண்டு. அவர்களுக்குத் தென்னவன் ஆபத்துதவிகள் என்று பெயர்.)

மூன்று கை மகாசேனை படையினர், ராஜராஜ சோழன் பாண்டிய நாட்டில் ஏற்படுத்திய வளமிக்க சதுர்வேதி மங்கலங்களையும் சமயச் சிறப்பு உடைய கோயில்களையும் காத்து நின்றார்கள். ராஜராஜனின் நிர்வாகத்துக்கு மிகவும் துணை புரிந்திருக்கிறார்கள். இவர்களுடைய அறப் பணிகள் ராஜராஜனின் ஆட்சிக்கு நல்ல பெயரை வாங்கித் தந்திருக் கின்றன. வீரர்களுக்குள் சண்டை நடந்ததென்றால், பஞ்சாயத்து செய்து வைக்கப்பட்டு பிரச்னைகள் உடனுக்குடன் தீர்த்து வைக்கப்பட்டன.

களப்பிரர்கள் காலத்தில் ஒதுக்கி வைக்கப்பட்ட பிராமணர்களுக்கு சோழர்கள் காலத்தில் அதி முக்கியத்துவம் அளிக்கப்பட்டது. படைத் தலைவர்களாகவும் சேனாதிபதிகளாகவும் பல அந்தணர்கள் பணியாற்றி னார்கள்.

படை வீரர்களுக்கு ராணுவக் கட்டுப்பாடும் முறையான போர்ப் பயிற்சிகளும் அளிக்கப்பட்டன. தஞ்சாவூரின் புறநகர்ப் பகுதியான

புறம்படியில் 'சிவதாஸன் சோலையான ராஜராஜப் பிரும்ம மஹாராஜன் படைவீடு' என்கிற படைவீரர்களின் முகாம் இருந்திருக்கிறது. இது, இன்றைய ராணுவ வீரர்கள் தங்கும் கண்டோன்மெண்ட் பகுதிக்கு நிகரானதாகும். இது தவிர, பரிக்கிரகம் என்கிற போர் அவையும் இருந்தது. போர் அவைகளில் பயிற்சியளித்த ஆசிரியர்கள் மிக உயர்ந்த அதிகாரம் படைத்த மானியதாரர்களாகத்தான் இருந்தார்கள்.

நாடு தாண்டித் தன் எல்லைகளை விரிவுபடுத்த எண்ணிய ராஜ ராஜனுக்குக் கப்பற்படை பெரிதும் உதவி புரிந்தது. இந்தப் படையைக் கொண்டு தன்னால் எந்த ஒரு காரியத்தையும் செய்துவிட முடியும் என்று ராஜராஜன் அதிக நம்பிக்கை வைத்திருந்தார். இந்தியாவின் லட்சத் தீவுக்குத் தெற்கேயும் இலங்கையிலிருந்து 700 கி.மீ தென்மேற்காகவும் அமைந்துள்ள மாலத்தீவு மற்றும் இலங்கை போன்ற பகுதிகளைக் கைப்பற்றியதன் முக்கிய காரணம், சோழரின் பலமான கப்பற்படைதான். இத்தனைக்கும் அப்போது மாலத்தீவுகள், கப்பல் கட்டும் பணிகளுக்கும் கப்பற்படைக்கும் மிகவும் புகழ்பெற்று இருந்தது.

இப்படிப்பட்ட ஒரு வலுவான போர்ப்படையைக் கொண்டு நான் என்ன செய்து காட்டுகிறேன் பார் என்று ஒரு சவாலாகப் போர்களைத் தொடங்கினார் ராஜராஜன். எதிரிகள் அத்தனை பேரையும் கிடுகிடுக்க வைத்த அந்தப் போர்களின் தொடக்கமாக இருந்தது, காந்தளூர்ச் சாலைப் போர்.

# 3

## கண்ணுக்குக் கண்; பல்லுக்குப் பல்

*ராஜராஜ சோழனின் முதல் போர் வெற்றி குறித்துத் திருவாலங்காட்டுச் செப்புப் பட்டயம் இவ்வாறு கூறுகிறது:*

> 'தென் திசை நோக்கிய திக்விஜயம். பாண்டிய மன்னன் அமர புஜங்கனை வென்று கடலினையே அகழியாகக் கொண்டதும் சுடர்விடுகின்ற மதில்களுடன் கூடியதும் வெற்றித் திருவின் உறைவிடமும் எதிரிகளால் புகமுடியாததுமாகிய விழிஞத்தை வென்றார்.'

*ராஜராஜ சோழனின் மெய்க்கீர்த்திகளில் (பட்டங்களில்) முக்கியமானது, 'காந்தளூர்ச்சாலை கலமறுத்தளி' என்ற புகழ்மொழி. ராஜராஜனின் நான்காவது ஆட்சி ஆண்டிலிருந்து (கி.பி. 988) இந்த அடைமொழி சோழர் காலத்துக் கல்வெட்டுகளில் காணப்படுகிறது. 'காந்தளூர்ச்சாலை கலமறுத்தளிய கோராஜகேசரி வன்மரான ஸ்ரீ ராஜராஜ தேவன்', 'காந்தளூர்ச்சாலை கலமறுத்தருளிய ஸ்ரீ ராஜராஜ தேவன்' என்று ராஜராஜன் கல்வெட்டுகளில் குறிப்பிடப்படுகிறார்.*

ராஜராஜன் தன் ஆட்சிக்காலத்தின் நான்காம் ஆண்டில் மேற்கொண்ட காந்தளூர்ச்சாலை கடற்போரே அவருடைய முதல் வெற்றியாகும். ஆனால், காந்தளூர்ச்சாலையையோ அல்லது சேர நாட்டையோ தாக்கி சோழ மடியில் கிடத்தவேண்டும் என்பது ராஜராஜனின் திட்டமல்ல. காந்தளூர் என்று மட்டுமல்ல, வேறு எந்தப் போரையும் நாடு பிடிக்கும் ஆசையில் அவர் நிகழ்த்திவிடவில்லை. பிறகு ஏன் போர் புரிந்தார்?

ராஜராஜனின் முத்திரைகளாக இருக்கும் எந்தப் புகழ்பெற்ற போரும் அவை நிகழ்ந்திருக்காவிட்டால் ராஜராஜனின் ஆட்சி மட்டுமல்ல, சோழ சாம்ராஜ்ஜியமே உடனே கவிழ்ந்திருக்கும். அப்படிப்பட்ட நெருக்கடி நேரத்தில்தான் தன் படையை முடுக்கிவிடுவார்.

நாட்டைப் பாதுகாக்க, தன் நண்பர்களைக் காக்க, தமக்கு எதிராக சூழ்ச்சியில் ஈடுபடுபவர்களிடமிருந்து தப்பிக்க, தடையில்லாத கடல்வழி வாணிபத்துக்காக என்பன போன்ற தற்காப்புக் காரணங்கள் தான் எல்லா போர்களுக்கும் காரணமாக அமைந்தன. தற்காப்பு நடவடிக்கைகளும் எதிர்வினைகளுமே ராஜராஜனின் தாக்குதல்களாக மாறிவிட்டன.

ராஜராஜனின் முக்கிய வெற்றிகளில் ஒன்றாகக் கருதப்படும் காந்தளூர்ச் சாலை போர், சமாதான நடவடிக்கையாகத்தான் முதலில் ஆரம்பித்தது. ராஜராஜனின் ஆணைப்படி, சமாதானம் பேச வந்த வீரருக்குச் சேர மன்னன் தேநீர் விருந்தளித்து மரியாதை செலுத்தியிருந்தால் ராஜராஜன் வழக்கம்போல ஏரி வெட்டப் போயிருப்பார். ஆனால், சமாதானம் பேசச் சென்ற தன் வீரனின் கைகளுக்குப் பூட்டு போட்டனர் சேரர்கள். சிறையில் அடைத்தனர். ராஜராஜனுக்கு ரத்தம் முறுக்கேறியது.

நாம் ஒருவரையும் ஏமாற்றவும் இல்லை; துரோகம் இழைக்கவும் இல்லை. ஆனால், யாரும் நம்மை ஏமாற்றினால் அல்லது துரோகம் இழைத்தால் பதிலடி கொடுக்கத் தயங்கவேண்டியதில்லை. நம் எதிரி களால் நம்முடைய உரிமை, சுதந்தரம், கௌரவம் பாதிக்கப்படும் போது கைகட்டிக் கொண்டிருப்பது கோழைத்தனம்.

பாம்பு படமெடுக்கும்போது கையில் கம்பு தூக்குவதுதான் சமார்த்தியம். ஒரு நொடியில் முடிவெடுத்தார் ராஜராஜன். நிலைமை, கண்ணுக்குக் கண்; பல்லுக்குப் பல் என்று திசை மாறிப்போனது.

ராஜராஜனின் பரம வைரிகளாக இருந்தவர்கள், பாண்டியர்களும் அவர் களுடன் சிநேகத்துடன் உறவாடும் சேரர்களும். திடீரென்று சோழர் களின் ராஜ்ஜியம் முளைத்துப் பலம் பெற்றதுமே பாண்டியர்களும் சேரர்களும் நடுநடுங்க ஆரம்பித்தார்கள். அதிலும் ராஜராஜன் ஆட்சிக்கு வந்த மறுநிமிடம் அவர் எப்போது வேண்டுமானாலும் தங்களைத் தாக்க முற்படலாம் என்று இரு நாட்டு அரசர்களும் உஷாராக இருந்தார்கள்.

சேர நாட்டுக்கு நான்கு அரண் வாசல்கள். தெற்கு வாசல், காந்தளூர்ச்சாலை. மேற்கு வாசல் அரபிக்கடலோரம் உள்ளது. கிழக்கு வாசலாகப் பாண்டிய சேர நாட்டு எல்லையில் உள்ள குணவாயில். வடக்கு வாசல், குடமலை. கிட்டத்தட்ட சேரர் சாம்ராஜ்ஜியத்தின் இதயப்பகுதி என்று இதைச் சொல்லலாம்.

அப்போது குடகின் மேற்குத் தொடர்ச்சி மலையில் உதகை இருந்தது. தன் தூதரை அனுப்பி சேர நாட்டு மன்னர்களிடம் சமாதானம் பேச வைத்த ராஜராஜனின் திட்டம் நொடியில் தவிடுபொடியானது. தூதரைக் குடமலை நாட்டின் மன்னர் சிறை பிடிக்கவே, ராஜேந்திர சோழன் தலைமையில் குடமலை நாட்டை நோக்கிச் சீறிப் பாய்ந்தது போர்ப்படை.

ராஜராஜன் எந்த வழியாக சேர நாட்டுக்குச் சென்றிருப்பார் என்று சில கருத்துகள் உள்ளன. நிச்சயம் பாண்டிய நாட்டு வழியாக சேர நாட்டுக்குப் படையெடுத்துச் சென்றிருக்கமுடியாது. கொங்கு நாடு வழியாகவே ராஜராஜன் சேர நாட்டுக்குச் சென்றிருப்பார். 'ஈரோன்பது சுரமும் கொண்டு மலை கொண்டான்' என்கிறது கல்வெட்டு. பதினெட்டு காடுகள் நிச்சயம் பாண்டிய நாட்டில் இல்லை. ஆனால், பாலக்காட்டில் அடர்த்தியான காடுகள் உள்ளன. எனவே பாலக்காடு வழியாகத்தான் சோழர் படை சென்றிருக்கவேண்டும். குடமலையைச் சென்று சேர்வது அவ்வளவு சுலபமாக இருக்கவில்லை. 18 காடுகளைத் தாண்டிச் செல்லவேண்டியிருந்தது.

இங்கே, ராஜராஜனுக்குக் கைகொடுத்தது, அவர் மகன், ராஜேந்திர சோழன். புலிக்குப் பிறந்தது எப்போதும் புலியாகவே இருந்துவிடுவ தில்லை. ஆனால், ராஜேந்திரன், தந்தையின் போர் நடவடிக்கைகளில் ஆர்வமாகி இளவயதிலேயே சோழர் போர்ப்படைக்குள் நுழைந்து விட்டார். தன் பேர் சொல்ல ஒரு பிள்ளை என்று ராஜராஜன் எப்போதும் பெருமையுடன் சொல்லிக்கொள்ளும் பிள்ளையாகவே வளர்ந்தார் ராஜேந்திர சோழன். இன்றும் ராஜராஜனின் வீரத்துக்கு ஈடாக ராஜேந்திர னின் வெற்றிகளும் பேசப்படுகின்றன. ராஜராஜன் ஆட்சிக்காலத்தில் நடந்த போர் வெற்றிகளின் மூளையாக ராஜராஜன் இருந்தாலும் அதைத் துணிச்சலுடன் முன்னின்று நடத்திக் காட்டியவர், ராஜேந்திர சோழன்.

ராஜராஜன் அரசரானபோது ராஜேந்திரனுக்குப் பதினைந்து வயது. சோழர்களின் மையமாகத் தஞ்சாவூர் செயல்பட்டாலும் ராஜராஜ சோழனின் குடும்பம் பழையாறையில் உள்ள அரண்மனைகளில் வசித்து வந்தது. ராஜராஜனை வளர்த்த அவருடைய பாட்டி செம்பியன் மகா தேவிதான் ராஜேந்திர சோழனையும் வளர்த்தார். பழையாறை அரண் மனைகளில்தான் ராஜேந்திரனின் தாயான வானவன் மஹாதேவியும் ராஜராஜ சோழனின் இதர மனைவிமார்களும் வசித்து வந்தார்கள்.

சிறுவயதிலிருந்தே ஓர் அரசருக்குத் தேவையான கல்யாணக் குணங்களோடு வளர்க்கப்பட்டார் ராஜேந்திர சோழன். அரசியல், இலக்கண, இலக்கிய நூல்கள் ராஜேந்திரனுக்குக் கற்றுத் தரப்பட்டன. முக்கியமாக, சோழர்களின் வரலாறும் அவர்களின் சாதனைகளும் ராஜேந்திரனுக்கு மூன்றுவேளை உணவுபோலத் தவறாமல் ஊட்டப்பட்டன. தக்க ஆசிரியர்கள் நாள் தோறும் அரண்மனைக்கு வந்து ராஜேந்திர சோழனுக்கு எல்லாக் கலைகளையும் கற்றுக் கொடுத்தார்கள். முக்கியமாகப் போர்க்கலைகள். ஓர் வீரராகவே போஷித்து வளர்க்கப்பட்டார் ராஜேந்திரன். இதனால் குடமலைப் போருக்கு மிகுந்த நம்பிக்கையுடன் ராஜேந்திரனை அனுப்பி வைத்தார் ராஜேந்திர சோழன்.

அப்போது, சோழ மண்டலம் வடக்கில் தொண்டை நாடு வரையும், தெற்கில் பாண்டிய நாட்டு வட எல்லை வரையும் பரவியிருந்தது. தமிழகத்தின் மற்ற பிரதேசங்களைச் சேரர்களும் பாண்டியர்களும் இதர சிற்றரசர்களும் வளைத்தது ராஜராஜனுக்குப் பெரிய கவலையாக இருந்தது. வடக்கே கீழைச் சாளுக்கியர் ஆட்சி நெல்லூர் வரை பரவியிருந்தது. தெற்கே பாண்டிய நாடு தனித்தும் மேற்கில் சேர நாடு, கங்க நாடு, குடகு, நுளம்பாடி, தடிகைபாடி, மேல் கடற்கரை நாடு போன்றவை குறுநில மன்னர்களின் கையிலும் இருந்தன. வடமேற்கில் இராஷ்டிர கூடரை அழித்துப் புதிய பேரரசை இரட்டபாடியில் மேலைச் சாளுக்கியர் அமைந்திருந்தார்கள். பக்கத்து நாடான இலங்கையில் ஐந்தாம் மகிந்தன் ஆண்டு வந்தார்.

ஏற்கெனவே பாண்டிய நாட்டின் பெரும்பகுதி சோழர்கள் கையில். எப்போதும் குடைச்சல் கொடுக்கும் சேரர்களின் சாம்ராஜ்ஜியத்தையும் மெள்ள மெள்ளத் தன் பக்கம் இழுத்துக்கொண்டு விட்டால் தொல்லைகள் ஒழிந்தன. எதிரிகளை வீழ்த்தும் வியூகத்தைக் கணக்கிட்ட போது சோழர் சாம்ராஜ்ஜியம் விரிவடைந்துகொண்டே போனது. தன் மனக்கண்ணால் அதைப் பார்த்துப் பரவசமடைந்தார் ராஜராஜன். சோழர் வரலாறு என்பது ஆயிரம் வருடப் பாரம்பரியம் கொண்ட ஓர் இனம். அதன் எதிர்காலம் மிகவும் நம்பிக்கையூட்டக் கூடியதாக இருந்தது ராஜராஜனுக்கு. பிற்காலத் திட்டம் கிடக்கட்டும். முதலில் தன் தூதரை மீட்போம் என்று இறங்கினார் ராஜராஜன். குடமலையையும் உதகையையும் ஒரு கை பார்த்துவிட வேண்டியதுதான் என்று முடிவெடுத்தார்.

குடமலைப் போரில் ஒரு திருப்பம் ஏற்பட்டது. சேரர்களுடனான போரை வெல்வதில் சோழர்களுக்குப் பெரிய பிரச்னை இருக்கவில்லை. ஆனால், சேரர் படையைச் சேர்ந்த மனிஜா என்பவரின் வீரமும் விவேகமும் கண்ட ராஜராஜன் அவரைக் கொல்லவும் இல்லை; கைது செய்யவும் இல்லை. அவர் வீரத்துக்குக் கௌரவம் ஏற்படுத்த நினைத்தார். மனிஜாவைத் தஞ்சைக்கு அழைத்தவர், சத்திரிய

சிகாமணி கொங்காள் என்கிற பட்டத்தைச் சூட்டி, மாளவி என்கிற குடகுப் பகுதி கிராமத்தை அவருக்கு நன்கொடையாகக் கொடுத்தார்.

அரசியல் அன்றி வேறென்ன? சேரர் படையைச் சேர்ந்த ஒருவர் தனக்குச் சாதகமாக இருக்கவேண்டும். சேரர் படைகள் பற்றிய விவரங்களை அறிந்துகொள்ளவேண்டும். மனிஜா, சோழர்கள் கைப்பிடிக்குள் விழுந்தார்.

இடையே, ராஜேந்திர சோழனின் திறமை மீது ராஜராஜனுக்கு அதிக நம்பிக்கை வந்தது. தமக்குப் பிறகும் சோழர்களின் ஆட்சி நிச்சயம் பத்திரமாகத்தான் இருக்கப் போகிறது என்கிற திருப்தி ராஜேந்திரனைப் பார்க்கிற போதெல்லாம் வந்தது. ராஜேந்திரனையே போர்ப்படைகளுக்குத் தலைமை தாங்க அதிகாரம் அளித்தார்.

குடமலையை வென்ற சோழர் படை மீதமுள்ள சேரர் பகுதிகளையும் வெல்லத் துடித்தது. தன் தூதரை அவமானப்படுத்தியதற்கு இன்னும் தக்க பதிலடி கொடுக்கவேண்டும் என்று ராஜராஜன் எண்ணினார்.

திருவாலங்காட்டுச் செப்புப் பட்டயத்தில் உள்ள விழிஞம் என்பது திருவனந்தபுரத்துக்குத் தெற்கே உள்ள பகுதி. இப்பகுதியிலுள்ள காந்தளூரை வெல்ல சோழர் படை விரைந்தது.

வரலாற்று ஆய்வாளர்களிடையே காந்தளூர்ச்சாலையைக் கைப்பற்றியது தான் ராஜராஜ சோழனின் முதல் பெரிய வெற்றியாகக் கருதப்படுகிறது. இந்தப் போரின் தொடக்கம், தூதரைக் கைது செய்தது. அதன் தொடர்ச்சி, ராஜராஜன் போரைத் தொடங்கியது. விளைவு, காந்தளூர்ச் சாலைப் போர்.

சரி, அது என்ன காந்தளூர்? ஏன் அங்கு போய் போர் புரியவேண்டும்? இந்த வெற்றிக்கு ஏன் வரலாற்றில் அப்படியொரு முக்கியத்துவம்? இந்தக் காந்தளூர்ச்சாலை என்கிற பகுதி எங்கே இருக்கிறது? அது என்ன கலமறுத்தளி?

கலமறுத்தளி என்பதை 'சேரர்களின் கப்பல்களை அழித்து, அதாவது சேரர்களின் கடற்படைப் பலத்தைத் தகர்த்து' என்று பொருள் கொள்ளலாம். கலம் என்றால் கப்பல். சேர நாடுகளின் எல்லைப் பகுதியில், திருவனந்தபுரம் அருகே உள்ள கடற்கரை நகரமான காந்தளூர்ச் சாலையிலிருந்த சேரர் கடற்படையை ராஜராஜன் அழித்ததால் இந்தப் போருக்கு காந்தளூர் கலமறுத்தளி என்று பெயர்.

இது தவிர கலம் என்றால் வில்லங்கம் என்றும் ஒரு பொருள் உண்டு. காந்தளூரில் உள்ள ஏதொவொரு வில்லங்கத்தை ராஜராஜன் போக்கியுள்ளார். அதனால் காந்தளூர் கலமறுத்தளி என்றும் பெயர் விளக்கம்

சொல்லப்படுகிறது. இப்படி இன்று வரையிலும் காந்தளூர்ச்சாலை கலமறுத்தளி என்பதன் அர்த்தம் குறித்துப் பல்வேறு விவாதங்கள் நடைபெற்று வருகின்றன.

காந்தளூர்ச்சாலை எங்கு இருந்தது என்பதில் சில கருத்துவேற்றுமைகள் உள்ளன. விழிஞம் - நெய்யாற்றின் கரையில் உள்ள இடத்தின் பெயர்தான் காந்தளூர்ச்சாலை என்று ஒரு தரப்பும் திருவனந்தபுரம் பத்மநாபசாமி கோயிலின் அருகே உள்ளதுதான் அது என்று இன்னொரு தரப்பும் இது குறித்து வெவ்வேறு தகவல்களைத் தெரிவித்துள்ளன.

காந்தளூர்ச்சாலை என்பது சேர நாட்டின் கடற்கரையையொட்டிய ஓர் இடம். 'வேலை கொண்டதும் விழிஞம் அழித்ததும் சாலை கொண்டதும் தண்டுகொண்டு அல்லவோ' என்ற கலிங்கத்துப்பரணிப் பாடல் வரிகள் உள்ளன. விழிஞம் என்பது கடற்கரையில் அமைந்திருந்த துறைமுக நகரம் என்பது இதன்மூலம் அறியப்படுகிறது. எனவே, பாண்டிய, சேர நாடுகளின் எல்லைப் பகுதியில், திருவனந்தபுரம் அருகில் கடற் கரையில் காந்தளூர்ச்சாலை இருந்திருக்க வேண்டும் என்பது பெரும் பான்மையானவர்களின் முடிவாக இருக்கிறது.

கல்வெட்டாராய்ச்சியாளரான கவிமணி தேசிக வினாயகம் பிள்ளை தன் தரப்பில் ஒரு கருத்தைச் சொன்னார். விழிஞம் அருகே இருந்திருக்கக் கூடிய ஒரு வேதபாடசாலைதான் காந்தளூர்ச்சாலை என்றார்.

காந்தளூர்ச்சாலையில் ராணுவப் பயிற்சி நிலையம் ஒன்று இருந் திருக்கவேண்டும். குமரி மாவட்டத்தின் கேரள மாநில எல்லைப் பகுதி யில் அமைந்துள்ள பார்த்திவசேகரபுரம் என்ற ஊரில் கல்விச்சாலை ஒன்று இருந்தது. இந்தப் பாடசாலை, **95** சட்டர்களுக்கு (பிராமண மாணவர்களுக்கு) 'த்ரைராஜ்ஜிய வ்யவஹாரம்' எனப்படுகிற மூவேந்தர் ஆட்சிப் பகுதிகளின் நிர்வாகம் குறித்த கல்விப் பயிற்சியும் வழங்குகிற கல்விச் சாலை. இது, காந்தளூர்ச்சாலையை முன்மாதிரியாகக் கொண்டு செயல்படுகிறது என்கிறது பார்த்திவசேகரபுரம் செப்பேடு (கி.பி. **866**).

பாலக்காட்டுக்கு அருகே பரதப்புழா ஆற்றில் பொன்னானி துறைமுகம் உள்ளது. இதற்கு அருகே உள்ள திருநாவாய் என்கிற இடத்தில் பன்னிரண்டு வருடங்களுக்கு ஒருமுறை மகாமகப் போட்டி நடை பெற்று வந்தது. அதில் சேர மன்னர் ஒரு போட்டி வைப்பார். அதில் வெற்றி பெறுபவர் ஆட்சியில் அமரலாம் என்கிற முடியாட்சிக்கு எதிரான ஒரு ஜனநாயகப் போக்கு நிலவியது. இதற்கான போட்டியில் ராஜராஜன் வென்றிருக்கலாம் என்கிற ஒரு கருத்து உண்டு. காரணம், திருநாவாய்க்கு மறுகரையில்தான் காந்தளூர்ச்சாலை இருந்தது. சேரர்கள் வைக்கிற மன்னர் தேர்ந்தெடுப்புக்கு எதிர்ப்புத் தெரிவித்து

அந்த நடைமுறையை ஒழித்துக்கட்ட ராஜராஜன் போரில் இறங்கி யிருக்கக் கூடும். இது ஒரு தியரி.

நம் வரலாற்றாசிரியர்கள் மட்டுமில்லாமல் கேரள வரலாற்றாசிரி யர்களும் இதுகுறித்து நிறைய கருத்துகள் தெரிவித்திருக்கிறார்கள். திருவனந்தபுரம் அருகே விழிஞம் பக்கத்தில் காந்தளூர் என்கிற பகுதி இருக்கிறது. அங்கு களியக்காவிளை தாண்டி உதியன் பேரூர் அருகில் பூவாறு செல்லும் பாதையில் காந்தளூர்ச்சாலை உள்ளது. இப்பகுதிதான் ராஜராஜன் வென்ற இடம் என்று கேரளப் பின்னணியில் ஒரு முடிவைச் சொல்கிறார்கள். இப்படி, காந்தளூர்ச்சாலை எந்த இடத்தில் உள்ளது என்கிற சர்ச்சை இன்னும் ஓயவில்லை.

கேரளத்தில் தாந்த்ரீக முறையிலான பூசைகள் கோயில்களின் நடை முறையில் இருந்தன. ஆனால், ராஜராஜன் காலத்தில் தமிழகத்தில் ஆகமமுறை பூசை என்னும் நடைமுறை பின்பற்றப்பட்டு வந்தது. கேரளாவில் தாந்த்ரீக வேதமான அதர்வண வேதத்தைக் கற்பிக்கும் வேதபாடசாலைகள் நிறைய இருந்தன. தென்திருவிதாங்கூரில் இருந்த பார்த்திவசேகரபுரம், காந்தளூர்ச்சாலையைவிட தொன்மையான நடைமுறைகளைப் பின்பற்றி வந்தது. தாந்த்ரீகமுறை நடைமுறையில் இல்லாத பகுதிகளில் அதர்வண வேதம் கற்பிக்கப்படுவதில்லை என்கிற நடைமுறை அங்கு இருந்தது. இதுபோன்ற பாடசாலைகளில் மாணவர் களுக்கு ஆயுதப் பயிற்சியும் அளிக்கப்பட்டு வந்தன.

இது, சோழர்களுக்கு ஏதோ ஒரு வகையில் வில்லங்கமாக இருந்திருக் கிறது. குறிப்பாக அதன் செயல்பாடுகள் ராஜராஜனின் ஆட்சிமுறைக்கு எதிரானதாக இருந்தது. அதர்வண வேதத்தைக் கற்பித்த பாடசாலைகள் மிரட்டப்பட்டன. ஆகமமுறைக்கு எதிரான வழிபாட்டு முறை தமிழக எல்லையில் எங்குமே இருக்கக் கூடாது என்று எண்ணினார். ஆனால், சேர நாட்டில் அவருக்குப் பிடிக்காத முறையில் வழிபாடுகளும் பாடசா லைகளும் நடைபெற்று வந்ததால் தன் கோபத்தைப் போராக மாற்றினார்.

அக்காலத்தில் கோயில் என்பது இன்றைக்கு இருப்பது போல வெறும் ஒரு தெய்வ வழிபாட்டு இடமாக மட்டும் இருக்கவில்லை. கோயிலதி காரத்தைக் கைப்பற்றுவது என்பது அக்கால அரசியல் முக்கியத்துவம் வாய்ந்ததாகக் கருதப்பட்டது. சோழர் காலத்தில் நிதி, நீதி நிர்வாகங்கள் கோயில்களை மையமாக ஒட்டியே செயல்பட்டன. அரசு அதிகாரம் என்பது கோயிலைச் சுற்றி எழுப்பப்படும் நடவடிக்கையாகக் கருதப் பட்டது. கோயில்தான் ஓர் அரசின் தலைமைச் செயலகம். சேர நாட்டில் நிலவி வந்த தாந்த்ரீக முறையை ஒழித்துக் கட்டுவதால் அரசின் மைய அதிகாரத்தையே தட்டிப் பறிக்கலாம் என்று எண்ணினார் ராஜராஜன்.

43

அதர்வண வேதம் கற்பிக்கப்படும் பாடசாலைகள் ராஜராஜனை உறுத்தின. பக்திமுறை மட்டுமில்லாமல் ஆயுதப்பயிற்சியும் அளிக்கப் பட்டதால் காந்தளூச்சாலையைத் தாக்குவது என்று முடிவெடுத்தார்.

கி.பி. 8ம் நூற்றாண்டில், பாண்டிய மன்னர்களால் விழிஞம் கைப் பற்றப்பட்டு விட்டது. அதன் பின்னர், மீண்டும் பாண்டியர்களுடன் சேரர்கள் போரிட்டபோதும் விழிஞம் பாண்டியர்களின் பிரதேசமாகவே இருந்தது.

ராஜராஜன் காலத்தில் சேர மன்னராக இருந்தவர், பாஸ்கர ரவிவர்மன். அவருடைய ஆட்சிப் பகுதியின் தென்னெல்லை என்பது கோட்டயம் அருகிலுள்ள பத்தனந்திட்டா – திருக்கடித்தானம் போன்ற பகுதிகள் மட்டுமே. இதனால் விழிஞமும் திருவனந்தபுரமும் சேரர்களின் ஆட்சி எல்லையில் இருக்கவில்லை. அது, பாண்டியர்களின் கட்டுப்பாட்டில் இருந்ததால் முதலில் இந்தச் சிறு பகுதிகளைத் தனதாக்கிக்கொள்ள ராஜராஜன் விரும்பினார்.

ராஜராஜன், சேர நாட்டின்மீது படையெடுப்பதைத் தெரிந்துகொண்ட பாண்டிய மன்னர் அமரபுஜங்கன், சோழர் படையோடு மோதினார். ஏற்கெனவே பாண்டிய மண்ணில் சோழர்களின் ஆதிக்கம் இருந்த நிலையில் பாண்டியர்களை வேரோடு அழிக்க அமரபுஜங்கனின் தோல்வி முக்கிய காரணமாக அமைந்தது.

ராஜராஜன் மட்டுமல்ல எந்தச் சோழ மன்னர் ஆட்சிக்கு வந்தாலும் பாண்டிய மன்னர்களை ஒழித்துக்கட்டுவதைத் தங்கள் அன்றாட கடமைகளில் ஒன்றாகவே எண்ணினார்கள். அவர்களின் ஒரு கண், எப்போதும் பாண்டிய மன்னர்கள்மீதுதான் இருந்தது. ஆனாலும், பாண்டியர்களை எவ்வளவுதான் வெட்டி வெட்டி விட்டாலும் அவர்கள் அங்குமிங்கும் முளைவிட்டு, மீண்டும் விஸ்வரூபம் எடுத்துக்கொண்டு தான் இருந்தார்கள். இது, பாண்டியர்களால் சோழர்கள் மண்ணோடு மண்ணாக மக்கிப் போகும்வரை தொடர்ந்த பகைமை.

அமரபுஜங்கனின் தோல்வியைத் திருவாலங்காட்டுச் செப்பேடும் உறுதிப்படுத்துகிறது. பாண்டிய நாடு ராஜராஜனுக்கு முன்பே சோழர்களுடைய கட்டுப்பாட்டுக்குள் வந்துவிட்டது என்றாலும் அமரபுஜங்கன் என்ற பாண்டிய மன்னன், மீண்டும் சேர நாட்டின் பகுதிகளை அடைய முயற்சி செய்தார் என்றும் அதை எதிர்த்த ராஜராஜன் அப்பாண்டிய மன்னனை விழிஞம் வரை துரத்தி போரில் வென்றார் என்றும் அந்தச் செப்பேட்டில் பதிவு செய்யப்பட்டிருக்கிறது.

முதலாம் பராந்தகன் காலத்தில் சோழர்கள் வசமிருந்த விழிஞம், பின்னர் பாண்டியர்களின் வசம் சென்றதால் பாண்டியர்களைத் தன்

ஜென்ம விரோதியாகக் கருதிய ராஜராஜன் விழிஞத்தைக் கைப்பற்றினார். அப்போதுதான் அங்கிருந்த பாடசாலைகளைத் தன் கட்டுப்பாட்டுக்குள் கொண்டுவந்தார் என்பது உறுதியான தகவலாகவே இருக்கிறது.

ஒரு சாதாரணத் தூதில் ஆரம்பித்த விஷயம், ஓடஓட விரட்டும் அளவுக்கு முற்றிப் போகும் என்று ராஜராஜனே எதிர்பார்க்கவில்லை. ஆனால், கண் மூடித் திறப்பதற்குள் ஓர் ஆட்டம் ஆடி முடிந்திருந்தது.

அமரபுஜங்கனைத் தோற்கடித்ததன் அடையாளமாக 'பாண்டிய குலாசனி' என்கிற புதிய விருதுப்பெயர், இதர விருதுப்பெயர்களோடு சேர்ந்துகொண்டது. பாண்டிய மண்ணில் ஆட்சி செய்ய அனுப்பப் பட்டவர்கள் 'சோழ, பாண்டியர்கள்' என மக்களால் அழைக்கப் பட்டனர். பாண்டிய மண்டலமானது ராஜராஜ மண்டலம், ராஜராஜ வளநாடு எனப் பெயர் மாற்றம் அடைந்தது. மேலும், பாண்டியர்களால் எந்தவொரு சிக்கலும் வந்துவிடக் கூடாது என்பதற்காகப் பேராற்றல் நிறைந்த படைப் பிரிவுகளைச் சேர்ந்த படை வீரர்கள் முக்கியமாக 'மூன்று கைமாசேனை' வீரர்கள் பாண்டிய நாட்டில் பல இடங்களில் நிறுத்தி வைக்கப்பட்டார்கள்.

ராஜராஜன், குமரிமாவட்டத்தின் இரணியசிங்கநல்லூரை ஆண்ட பாஸ்கர ரவிவர்மனை இறுதியில் கொன்றதாகக் கல்வெட்டுகள் கூறுகின்றன.

காந்தளூர்ச்சாலை அழிக்கப்பட்ட பின்பு, பத்மநாபசாமி கோயிலின் அதிகாரம், எட்டு வீட்டுப் பிள்ளைகள் என்கிற நிலப்பிரபுகளுக்கு அளிக்கப்பட்டது. (பின்னர் 1740ல், மன்னர் மார்த்தாண்ட வர்மா மகா ராஜாவால் கோயில் கைப்பற்றப்பட்டு, விரிவாகக் கட்டப்பட்டு மீண்டும் தாந்த்ரீகமுறை பூஜைகள் நடைமுறைக்குக் கொண்டுவரப்பட்டன.)

ராஜராஜன் ஆட்சிக்காலத்துக்குப் பிறகு, சேர நாட்டைச் சோழர்கள் விடவேயில்லை. காந்தளூர்ச்சாலையிலும் அதைச் சுற்றிய சேரர் பகுதிகளிலும் தொடர்ந்து சோழர்களுக்கும் சேரர்களுக்கும் சண்டை நடந்திருக்கிறது. இதனாலேயே, காந்தளூர்ச்சாலையையொட்டி நடந்த நிகழ்வுகளை 'நூற்றாண்டுப்போர்' என்று கேரள வரலாற்று ஆசிரியர்கள் குறிப்பு எழுதியுள்ளார்கள்.

சேர நாட்டு வெற்றிக்குப் பிறகு, சேர நாட்டில் திருநந்திக்கரை என்ற ஊரில் தம்முடைய பிறந்த நாளாகிய சதய நட்சத்திர நாள் தோறும் விழா கொண்டாடவேண்டும் என்று ராஜராஜன் ஆணை பிறப்பித்தார். அதாவது ஒரு சோழ மன்னனின் பிறந்த நாள் விழா சேர நாட்டில். கலிங்கத்துபரணியில் இந்த நிகழ்வு பதிவு செய்யப்பட்டுள்ளது.

ராஜராஜனுக்கு முன்பு இருமுடிச் சோழர்களாக இருந்தார்கள் சோழர்கள். காந்தளூர்ச்சாலை கலமறுத்த நிகழ்வுக்குப் பிறகு மூவேந்தர்களின் முடியும் அவர்கள் வசம்தான் இருந்தன. இதனால் மும்முடிச் சோழன் என்கிற பட்டம் ராஜராஜனுக்கு வழங்கப்பட்டது.

வெற்றிகள் குவியக் குவிய ஒரு விஷயத்தில் மிகக் கவனம் எடுத்துக் கொண்டார் ராஜராஜன். நாம், இன்று இத்தனை வெற்றிகளைக் குவிக்கிறோம். இந்த வெற்றிகள் அத்தனையும் காற்றோடு போய்விடக் கூடாது. எத்தனை வருடங்கள் ஆனாலும் இந்த வெற்றிகளைத் தமிழ் மக்கள் அறிந்துகொள்ளவேண்டும். ராஜராஜன் நாடு பிடிக்கும் ஆசையோடு காந்தளூர்ச்சாலையைத் தாக்கவில்லை என்பதை அறிய வேண்டும். இந்த நாட்டை இந்தக் காரணங்களுக்காகத்தான் வென்றேன் என்கிற தகவல்களை அவர்கள் கட்டாயம் தெரிந்துகொள்ளவேண்டும். ஆகவே இவை கல்வெட்டில் பொறிக்கப்படவேண்டும். ஒரு வெற்றி கூட விடாமல் பதிவு செய்யப்படவேண்டும். என் விருதுப்பெயர்களை மட்டுமில்லாமல் என் வெற்றிகளையும் கூடவே என் கல்வெட்டில் பொறிக்கவேண்டும்.

ராஜராஜனின் இந்த விருப்பம் ஆணையாக மாறியது. கல்வெட்டுகள் போர் ஏடுகளாக மாறின.

பிறப்பு முதல் இறப்பு வரைக்குமான தமிழர்களின் வாழ்க்கையையும் சமுதாயத்தில் நிலவிய பழக்க வழக்கங்கள் பலவற்றையும் அறிந்து கொள்ளக் கல்வெட்டுகள் மிகவும் உதவி செய்கின்றன. இதைப் பற்றிக் கொஞ்சம் விரிவாகவே முந்தைய அத்தியாயத்தில் பார்த்துவிட்டோம். மன்னர்களின் பெயர்கள் கல்வெட்டுகளில் இருந்தாலும் சில சமயம் ஒரே பெயர்கள் பல மன்னர்களுக்கு இருந்துவிடுகின்றன. அப்படிப் பட்ட சமயங்களில் முதலாம் பராந்தகன், இரண்டாம் பராந்தகன் என்று வசதியாக வரலாற்றாசிரியர்கள் பிரித்துவிடுவார்கள். ஆனால், கல்வெட்டுகளில் இந்த வசதிகள் கிடையாது. முதலாம் ராஜராஜன், இரண்டாம் ராஜராஜன் ஆகிய இருவர் பெயர்களும் கல்வெட்டுகளில் ராஜராஜன் என்றே குறிப்பிடப்பட்டிருக்கும்.

பிறகு, யாரைப் பற்றிக் கல்வெட்டு கதை சொல்கிறது என்பதை எப்படி புரிந்துகொள்வது? அதற்குக் கல்வெட்டுகளிலேயே விடையிருக்கிறது. கல்வெட்டுக் காலத்தையும் கல்வெட்டில் பொறிக்கப்பட்டுள்ள மன்னர்களின் பெயர்களையும் அறிந்துகொள்ள நமக்கு மிகவும் பேருதவியாக இருப்பது - மெய்க்கீர்த்தி. அதாவது மன்னனின் புகழாரங்கள் என்று இதனைச் சுருக்கமாகச் சொல்லலாம். கீர்த்தி என்றால் புகழ். மெய்க்கீர்த்தி என்றால் குறிப்பிட்ட மன்னரின் புகழை, அவரின் போர் வெற்றிகளைக் கல்வெட்டுகளில் எடுத்துரைப்பது.

மன்னனின் எந்த ஆட்சியாண்டில் கல்வெட்டு பொறிக்கப்படுகிறதோ, அந்த ஆட்சியாண்டு வரை அம்மன்னன் பெற்ற போர் வெற்றிகள் கல்வெட்டில் காணப்படும். மன்னனின் புகழைக் கூறும் மெய்க்கீர்த்தி வழியாக மன்னனைப் பற்றியும், மன்னனின் போர் வெற்றிகள் பற்றியும், அந்தப் போர்கள் எந்தக் காலத்தில் நிகழ்ந்தன என்பன போன்ற விவரங்களையும் அறிந்துகொள்ளலாம். கல்வெட்டில் ஆட்சியாண்டைக் குறிப்பிடும் பகுதி சிதைந்திருந்தால், மெய்க்கீர்த்தி வாசகங்களைக் கொண்டு அக்கல்வெட்டின் காலத்தை அறியலாம். மன்னனின் போர்வெற்றிகள் மட்டுமில்லாமல், அக்காலத்தில் விளங்கிய நாடுகளின் பெயர்களையும் தெரிந்துகொள்ளலாம்.

உதாரணத்துக்கு முதலாம் ராஜராஜனின் மெய்க்கீர்த்தி ஒன்றைப் பார்க்கலாம்.

> 'ஸ்வஸ்திஸ்ர் திருமகள் போல பெருநிலச் செல்வியுந் தனக்கேயுரிமை பூண்டமை மனக்கொளக் காந்தளூர்ச்சாலைக் களமறுத்தருளி வேங்கை நாடும் கங்கைபாடியும் நுளம்பபாடியும் தடிகை பாடியும் குடமலை நாடும் கொல்லமும் கலிங்கமும் எண்டிசை புகழ்தர ஈழ மண்டலமும் இரட்டபாடி ஏழரை இலக்கமும் திண்டிறல் வென்றி தண்டால் கொண்டதன் பொழில் வளர் ஊழியுள் எல்லா யாண்டிலும் தொழுதகை விளங்கும் யாண்டே செழிஞரை தேசுகொள் ஸ்ர்கோவிராஜராஜகேசரி பந்மரான ஸ்ர்ராஜராஜ தேவர்.'

இதன் அர்த்தம் என்னவென்றுகூடத் தெரிந்துகொள்ள வேண்டாம். மன்னரின் போர் வெற்றிகளைச் சொல்கிற ஒரு கல்வெட்டு என்பது குறிப்பாகத் தெரிகிறது அல்லவா? இந்தமுறைதான் மெய்க்கீர்த்தி எனப்படும்.

இதுபோலப் பல அரிதான செய்திகளை வழங்கும் மெய்க்கீர்த்தி நடைமுறையை அமலுக்குக் கொண்டுவந்தவர் ராஜராஜன். கல்வெட்டினை மெய்க்கீர்த்தியுடன் தொடங்கும் முறையைத் தொடங்கி வைத்தவர் அவர்தான். அவருக்குப் பிறகு ஆட்சி செய்த சோழ மன்னர்கள் ராஜராஜனின் வழக்கத்தைப் பின்பற்றி நீளநீளமான மெய்க்கீர்த்திகளைப் பொறித்துக்கொண்டார்கள்.

இந்த விஷயத்தில் ராஜராஜனுக்கு மானசீகக் குருவாக விளங்கியவர் மகேந்திர வர்மர். அவர், கல்வெட்டுகளில் தன்னுடைய விருதுப் பெயர்களைப் பொறித்துவைத்து புதிய பழக்கத்தை அறிமுகப்படுத்தினார். அவருக்கு முன்னால் வாழ்ந்த பல்லவ மன்னர்களிடம் கல்வெட்டில் விருதுப்பெயர்களைப் பொறித்து வைத்துக்கொள்ளும் பழக்கம் இருந்தது கிடையாது. ஏன், அவர்களுக்கு விருதுப்பெயர்களே இருந்தது கிடையாது.

மகேந்திர வர்மனுக்குத்தான் தனக்குத் தானே விருதுப்பெயர்களை வைத்துக்கொள்ளும் பழக்கம் ஏற்பட்டு(அவருடைய விருதுப்பெயர்கள் தமிழ், தெலுங்கு, வடமொழிகளில் இருந்தன) அதைக் கல்வெட்டிலும் பொறித்துவைத்துக்கொண்டார் (இடுகளி, சித்திரகாரப்புலி, விலேயாள்...). இதன் நீட்சிதான் மெய்க்கீர்த்தி.

ராஜராஜன், கேரள வெற்றியைத் தன் பெரும்பாலான கல்வெட்டுகளில் பொறித்துள்ளார். 'சாலை கலம் அறுத்து அருளிய கோ ராஜராஜ கேசரி வர்மரான ஸ்ரீ ராஜராஜதேவன்' என்கிற மெய்க்கீர்த்தி காந்தளூர்ச்சாலை போர் குறித்து பொறிக்கப்பட்டுள்ளது. காந்தளூர்ச்சாலை வெற்றி உள்பட ராஜராஜனின் பல போர் வெற்றிகளை இதுபோன்ற மெய்க் கீர்த்திகள் வழியாகவே நாம் அறிந்துகொள்கிறோம். 'முதல் சத்துணவுத் திட்டத்தைத் தொடங்கி வைத்தவரே, இலவசத் தொட்டிலின் அன்னையே, உழவர் சந்தையின் பிதாமகனே, சேது சமுத்திர நாயகரே' போன்ற போஸ்டர்கள், ஃப்ளக்ஸ¬க்கெல்லாம் அடிப்படை இந்த மெய்க்கீர்த்திதான்!

காந்தளூர்ச்சாலை வெற்றிக்குப் பிறகு, ராஜராஜன் தன் படையைக் கொல்லம் பக்கம் திருப்பிவிட்டார். காந்தளூர், விழிஞம் ஆகிய கேரளப் பகுதிகளையடுத்து கொல்லத்தையும் வளைத்தார்.

கொல்லம், கொல்ல நாடு, கொடுங்கோளூர் ஆகிய பகுதிகளை ராஜேந்திரனின் தலைமையில் வளைத்தது சோழர் படை. இந்தப் பகுதிகளைச் சிற்றரசர்கள் ஆண்டு வந்ததால் கடும் முயற்சி எதுவுமின்றி சோழர் படையால் நினைத்த இடங்களை வெல்ல முடிந்தது. கீழ்ப்பழுவூரை ஆண்ட பழுவேட்டரையர் கந்தன் மறவன், பாண அரசன் மறவர் நரசிம்மன், இலாடராயர், சளுக்கிவீமன், வேளான் சுந்தர சோழன் என்பன போன்ற பல சிற்றரசர்கள் சோழர்களின் உற்ற நண்பர் களாக இருந்தார்கள். இவர்கள் சோழப் பேரரசின் மேலாண்மையை ஏற்றுக்கொண்டு, திறை செலுத்தி வந்தார்கள்.

போர்களின் வெற்றிகள் அதிகரிக்க அதிகரிக்க, ராஜராஜனின் விருதுப் பெயர்கள் கூடிக்கொண்டே போயின. இறுதியில், நாற்பது விருதுப் பெயர்களுக்கு சொந்தமானார் ராஜராஜன். ஒரு சுவாரசியத்துக்காக அத்தனை பெயர்களையும் ஒருமுறை படித்துப் பாருங்கள். அழகிய சோழன், மும்முடிச்சோழன், காந்தலூர் கொண்டான், சோழநாராயணன், அபயகுலசேகரன், அரிதுர்க்கலங்கன், அருள்மொழி, ரணமுகபீமன், ரவிவம்சசிகாமணி, ராஜபாண்டியன், ராஜசர்வக்ஞன், ராஜராஜன், ராஜகேசரிவர்மன், சோழேந்திரசிம்மன், ராஜமார்த்தாண்டன், ராஜேந்திர சிம்மன், ராஜவிநோதன், உத்தமசோழன், உத்துங்கதுங்கன், உய்ய கொண்டான், உலகளந்தான், கேரளாந்தகன், சண்ட பராக்கிரமன்,

சத்ருபுஜங்கன், சிங்கனாந்தகன், சிவபாதசேகரன், சோழகுலசுந்தரன், சோழ மார்த்தாண்டன், திருமுறை கண்ட சோழன், தெலிங்ககுலகாலன், நித்யவிநோதன், பண்டித சோழன், பாண்டியகுலாசனி, பெரியபெருமாள், மூர்த்திவிக்கிரமாபரணன், ஜனநாதன், ஜெயகொண்டசோழன், சத்திரிய சிகாமணி, கீர்த்தி பராக்கிரமன், தைலகுலகாலன்.

பொதுவாக, பிற்காலச் சோழ மன்னர்கள் இராஜகேசரிவர்மன் அல்லது பரகேசரிவர்மன் என்கிற விருதுப்பெயர்களைத் தங்கள் பெயருக்கு முன்னால் இணைத்துக்கொள்வார்கள். ஒரு சோழ மன்னர் இராஜகேசரி என்கிற விருதுப்பெயர் கொண்டால் அடுத்த மன்னர் பரகேசரி என்று அழைக்கப்படுவார். இதில் ஒரு தெளிவான முறை பின்பற்றப்பட்டது.

தந்தை, இராஜகேசரி என்று பெயர் வைத்துக்கொண்டால், மகன், பரகேசரி என்று பாராட்டப் பெறுவார். இதன்படி, ராஜராஜனின் விருதுப் பெயர், இராஜகேசரி. இதன் அர்த்தம், அரசர்களுள் சிங்கம் போன்றவன். பரகேசரி என்றால் பகைவர்களுக்குச் சிங்கம் போன்றவன் என்று பொருளாகும்.

போர்களில் தொடர்ந்து வெற்றி கண்டுவந்த ராஜராஜன், தன்னை மக்களின் தலைவன் என்று கூறுவதற்காக ஜனநாதன் என்கிற ஒரு அடைமொழியை வைத்துக்கொண்டார். 'இந்திர சாமனன் ராஜசர்வக்ஞன் என்னும் புலி' என்கிற ஒரு விருதுப்பெயர் உண்டு. இந்திரனுக்குச் சமமான ராஜராஜன், அனைத்துக் கலைகளும் அறிந்த மாமேதை, அரசர்களுக்குள் புலி போன்றவர் என்று அதற்கு அர்த்தம். இந்த வீரம் தான் சோழர்களின் அடையாளம். குறிப்பாக, ராஜராஜன் ஆட்சி செய்த காலத்தில் அவரோடு ஒப்பிடத் தகுந்த மன்னர் என்று யாரும் கிடையாது.

கர்நாடகாவிலிருந்து வந்த களப்பிரர்களால் சோழர்களின் ஆட்சி பல நூற்றாண்டுகளுக்கு எழ முடியாமல் போனதால் கன்னடப் பகுதியையும் ஒரு கை பார்த்துவிடவேண்டும் என்பது ராஜராஜனின் நீண்ட நாள் ஆசை. வேங்கி (ஆந்திரா), கன்னடப் பகுதிகள் அனைத்தையும் வளைத்துப் போடுவதற்கு ஒரு பெரும் வியூகம் தயார் செய்யச் சொன்னார். ராஜேந்திரனும் படைத் தளபதிகளும் இரவு பகலாகப் பாடுபட்டு ஒரு பெரிய திட்டத்துடன் ராஜராஜனிடம் வந்தார்கள். இவை அத்தனையும் கைப்பற்றிவிட்டால் அடுத்தது இலங்கை மட்டும்தான் பாக்கி என்று எண்ணினார் ராஜராஜ சோழன். ஒரு பெரிய கனவுடன் தஞ்சாவூரைத் தாண்டி சோழர் படை கிளம்பி சென்றது.

# 4

## சோழ வளநாடு சோறுடைத்து...

நகரமென்பது பொருளாதார வளர்ச்சியால் உருவாவது. இன்றைய சென்னை, ஒருகாலத்தில் ஏரிகளும் வயல்வெளி களும் கொண்ட கிராமமாகக் காட்சியளித்தது. பிறகு, பொருளாதார வளர்ச்சி அதை மாநகரமாக மாற்றியிருக் கிறது. ஆனால், தஞ்சை நகரத்தின் வளர்ச்சியும் மக்களின் வாழ்க்கைத் தரமும் இப்படித்தான் இருக்கவேண்டும் என்று ராஜராஜனால் திட்டமிட்டு உருவாக்கப்பட்டவை.

தமிழ்நாடு, நிலநடுக்கோட்டை ஒட்டிய வெப்பமண்டலப் பகுதியைச் சேர்ந்தது. சோழர் காலத்தில் மக்களின் முதன்மைத் தொழிலாக இருந்தது வேளாண்மை. வேளாண் பொருளாதாரம் சார்ந்த அரசு, ராஜராஜனுடை யது. இதனால் வேளாண் தொழிலுக்கு எவ்வித பாதிப்பும் வராமல் மக்களையும் பயிர்களையும் காக்கவேண்டும் என்பதில் எப்போதும் கவனமாக இருந்தார். வாளின் துணை கொண்டு ராஜ்ஜியம் நடத்திய ராஜராஜன், இன் னொரு பக்கம் குடிமக்களின் நலனிலும் அதிக அக்கறை எடுத்துக்கொண்டது மக்களின் அதிர்ஷ்டம் என்றுதான் சொல்லவேண்டும். ஒரு பக்கம் போர்களுக்கான ஆயத்தங்கள் நடந்துகொண்டிருந்தபோது, இன்னொரு பக்கம் மக்கள் வளர்ச்சிப் பணிகளும் மளமளவென

நடைபெற்றுக்கொண்டிருந்தன. இந்த இரண்டுக்கும் சமஉரிமை கொடுத்து ஆட்சி நடத்திய அபூர்வ அரசர், ராஜராஜன்.

தஞ்சைக்கு சிறப்பு தருவது காவிரியாறு. மேலணைக்கு அருகே காவிரி இரண்டாகப் பிரிகிறது. ஒன்று காவிரி; மற்றொன்று கொள்ளிடம். இவற்றில் காவிரியாறு தஞ்சை மாவட்டத்துக்குள் நுழைந்த பிறகு, பல கிளைகளாகப் பிரிகிறது. வெண்ணாறு, குடமுருட்டியாறு, அரசலாறு போன்றவை முக்கியமான கிளை ஆறுகளாகும். இவற்றில் வெண்ணாறும் குடமுருட்டியாறும் தஞ்சை நகருக்குள்ளே பாய்ந்து ஓடுவதால் தஞ்சையில் பசுமைக்கும் செழுமைக்கும் பஞ்சமில்லை.

நீர்நிலைகளுக்குத் தமிழர்கள் வெவ்வேறு பெயர்களை வழங்கி வந்தார்கள். சுனை, கயம், பொய்கை, ஊற்று, குட்டை, குளம், ஊருணி, ஏரி, கண்மாய் என்று நீரின் ஒவ்வொரு உபயோகத்துக்கும் ஒவ்வொரு பெயர்கள். இதில் ஏர் தொழிலுக்குப் பயன்படும் நீர்நிலைகளை ஏரிகள் என்றழைக்கப்பட்டன. ராஜராஜன், ஏரிகளை வெட்டுவதற்கு மிகவும் நாட்டம் செலுத்தினார். சூரியன் எப்படி ஓர் இயற்கையின் பேராற்றலோ அதுபோல நீரும் இயற்கை வழங்கும் இன்னொரு மகத்தான கொடை என்கிற உண்மையை ராஜராஜன் மிகவும் உணர்வுப் பூர்வமாகப் புரிந்துகொண்டிருந்தார்.

இன்று நாம் மழை நீர் சேமிப்புப் பற்றி மிகவும் பெருமைப்பட்டுக் கொள்கிறோம். அப்போது, மழை நீர் சேமிப்பு பற்றியும் நீர்நிலைகளின் மகத்துவம் பற்றியும் ராஜராஜன் எந்தளவுக்கு தெரிந்துவைத்திருந்தார் என்பது அவருடைய நீர்வாரிய நிர்வாக நடவடிக்கைகள் மூலம் அறிந்துகொள்ள முடியும். தான் கல்லணை கட்டிய கரிகால சோழனின் பரம்பரை என்பதை இந்த விஷயத்தில் அழுத்தம்திருத்தமாக நிரூபித்தார் ராஜராஜன்.

நீரைச் சீராகப் பங்கிடவும் நீர்நிலைகளை உருவாக்கவும் ஒரு நிர்வாக அமைப்பை உருவாக்கினார். நீர்ப்பாசனத்துக்காக உருவாக்கப்பட்ட கிராமசபை அமைப்புகளில் ஒன்றான ஆயக்கட்டுச் சபைகள் நீர்நிலை களின் நிர்வாக நடவடிக்கைகளைக் கவனித்துக் கொண்டது. (குமரி மாவட்டத்தில் இன்றும்கூட சோழர் காலத்து ஏரிநீர் நிர்வாக அமைப்புகள் செயல்பட்டுவருகின்றன. சீரான விவசாயத்துக்கான முக்கியத்துவத்தை வலியுறுத்தி வருகின்றன.)

விவசாயத்தின் ஆதாரமான நீர்நிலைகளான ஆறுகள், ஏரி, குளங்கள் ஆகியவற்றைப் பாதுகாக்க நீர்வாரியம் அமைக்கப்பட்டு, அந்தந்த ஊர்ச் சபைகளின் கீழ் செயல்பட்டு வந்தது. நீர்வாரியத் தலைவராக இருப்பவருக்கென்று தகுதிகள் வகுக்கப்பட்டன. மிகச்சரியாகத் தூர் எடுக்கவும் மதகுகளைச் சரிசெய்யவும் நீர்வாரியத்தின் முக்கியப்

பணிகளாக இருந்தன. இதற்கான வருமானம், மொத்த ஊர் வருமானத் திலிருந்து கொடுக்கப்பட்டது.

தமிழகத்தின் மிகப்பெரிய ஏரியான வீராணம், சோழர் காலத்தில் வெட்டப்பட்டது. இருபது கிலோ மீட்டர் நீளமும் ஐந்து கி.மீ அகலமும் கொண்ட ஏரியின் அப்போதையப் பெயர், வீரநாராயண மங்கலம் ஏரி. மனித உழைப்பை மட்டுமே கொண்டு வெட்டப்பட்ட நீர்நிலைகளில் மிகப்பெரியது இது. சோழர் காலத்தில் 20 கிலோமீட்டர் நீளமும் 7 கிலோமீட்டர் அகலமும் உடையதாக இருந்தது இப்போது 16 கி.மீ நீளமும் நான்கு கி.மீ அகலமும் இருக்கிறது.

விஜயாலய சோழனின் பேரனான முதல் பராந்தக சோழனின் மகனான இளவரசன் ராஜாதித்தன், பல்லவர்களுடான போருக்காக திருமுனைப் பாடியில் பெரும் படையுடன் தயாராக இருந்தார். போர் இல்லாத நாள்களில் தன் படை வீரர்களுக்கு வேலை கொடுக்க நினைத்தார். அப்போது வெட்டப்பட்ட மாபெரும் ஏரிதான் வீராணம். முதல் பராந்தக சோழனின் இன்னொரு பெயர், வீரநாராயணன். அதனால் வீரநாராயணன் ஏரி என்று அதற்குப் பெயரிடப்பட்டது. அதுவே பின்னர் வீராணம் ஆனது. இந்த ஏரி தான் ராஜராஜனுக்கு முன்மாதிரியாக இருந்தது. இதை விடவும் சிறந்த நீர்நிலைகள் உருவாக்கவே அவர் வாரியம் அமைத்தார். ஏரிகளை வெட்டினார்.

காவிரியாற்றின் கரையில் அமைந்த ஊர் என்பதால், தஞ்சாவூர் வயல்களுக்கு ஆற்று நீர்ப்பாசனம் முக்கியமானதாக இருந்தது. காவிரியின் கிளைகள் அதிக மாக்கப்பட்டன. வாய்க்கால் அமைப்புகளால் விவசாயம் பெருகியது. தஞ்சையில் எங்கு பார்த்தாலும் நெல் வயல்கள் காட்சி அளித்தன. தொடர்ச்சியாகப் புதிய வேளாண் நிலங்கள் உருவாக்கப்பட்டன.

வறண்ட வடதமிழகப் பகுதிகளுக்கு காவேரி நீரைக் கொண்டு சென்று ஏரிகளை அமைத்து, வேளாண் நிலங்களை உருவாக்க முயற்சி எடுத்தார் ராஜராஜன். சோழர் காலத்துக் கல்வெட்டு ஒன்று, தண்ணீர்ப் பந்தலில் தண்ணீர் இறைத்துத் தருபவனுக்கும், அதற்குக் கலமிடும் குயவனுக் கும், தண்ணீர் ஊற்றித் தருபவனுக்கும் மானியமளித்த செய்தியினைக் குறிப்பிடுகிறது.

நீர்ப்போக்கைக் கட்டுப்படுத்த உதவிய மதகுகளுக்கு மறவன் வாய், கண்டன் வாய், வடவாய், கீழ்வாய் என்று பெயரிடப்பட்டன. ஊரின் மேற்கிலும் தெற்கிலும் உள்ள நிலங்களுக்கு நீரளித்த உள்வாய்க் கால்கள், திசைப் பெயர்களிலேயே அழைக்கப்பட்டன. தேவைக்கேற்ப விளைநிலங்களின் பரப்பளவு விரிவாக்கப்பட்டது. விளைச்சலுக்காகத் தரிசு நிலம் பயன்படுத்தப்பட்டது. நிலத்தேவைக்கேற்ப நீர் வசதி செய்து கொடுக்கப்பட்டது.

சீரான நீர்வசதியால் சோழ மண்ணில் பசுமை பூத்துக் குலுங்கியது என்று சொன்னால் அது மிகையே இல்லை. நெல் முதன்மைப் பயிராக விளைந்தது. பலவகைக் காய்கறிகள் பயிரிடப்பட்டன. வாழை மரங் களும் பாக்குமரத் தோப்புகளும், தென்னந்தோப்புகளும் செழித் திருந்தன. பயறுகளும் விளைவிக்கப்பட்டன. பலவகைப் பூக்கள் கொண்ட பூந்தோட்டங்கள் கோயில்களை அலங்கரித்தன. எல்லா ஊரிலிருந்தும், தஞ்சைக்கு உணவு தானியங்கள் வந்தன.

தமிழகத்தின் பிரம்மாண்ட ஏரிகள் ராஜராஜன் காலத்தில் வெட்டப் பட்டிருக்கின்றன. ஒட்டுமொத்தமாக ஐந்தாயிரம் ஏரிகள் வெட்டப் பட்டிருக்கின்றன. பொதுப்பணித் துறையின் பணிகள் மிக வேகமாக முடுக்கி விடப்பட்டன. குடிநீருக்கும் விளைநிலங்களின் வாழ்வாதாரத் துக்கும் ராஜராஜன் ஆட்சியில் நீர்ப்பஞ்சமே ஏற்பட்டதில்லை. நீர் வரத்தும் விளைச்சலும் அதிகமாக இருந்தால் சோழ மண்டலம் முழுக்கச் செழிப்பாக இருந்தது.

மாபெரும் மத அடக்குமுறைகள், நிலப்பிரபுத்துவக் கொடுமைகள் அரங்கேறிய மத்திய காலக்கட்டத்தில் ராஜராஜனின் இந்தச் சாதனை, அவர் செய்த அத்தனை சாதனைகளுக்கும் நிகரானது என்று நிச்சயமாகச் சொல்லமுடியும்.

தமிழகத்தின் நெற்களஞ்சியமான தஞ்சையில் உழவர்கள் கொண்டாடிய முதன்மையான ஒரு விழாவாக எது இருந்தது? தைப்பொங்கல்? கிடையாது.

'இழுது செய்யினுள் இந்திரத் தெய்வதம் தொழுது நாற்று நடுவார் தொகுதியே பழுதில் காவிரி நாட்டின் பரப்பெல்லாம்' என்று சேக்கிழார் வர்ணிக்கிறார். மழைக் கடவுளாகிய இந்திரனுக்குரிய இடத்தை நிர்ணயிக்க உதவும் குறிப்பு இது. இதில் தைப் பொங்கல் முன்னிலைப் படுத்தவில்லை. பிற்காலச் சோழர் ஆட்சிக் காலத்தில் இந்திர விழாவுக்குத்தான் அதிக முக்கியத்துவம் அளிக்கப்பட்டது.

தேவர்களின் தலைவனாகிய இந்திரனுக்கு ஆண்டின் தொடக்கத்தில் விழா எடுக்கிற மரபு பல ஆண்டு காலமாக சோழ நாட்டில் இருந்து வந்திருக்கிறது. கி.பி. 13ம் நூற்றாண்டுக்குப் பிறகுதான், வேளாளர் சமூகத்தினரால் தைப் பொங்கல் தமிழர்களின் முதன்மையான விழாவாக ஆனது. இதனால் ராஜராஜன் காலத்தில் மட்டுமல்ல, சோழர் காலம் வரைக்கும் உழவர்களின் விழாவாகப் பொங்கல் இருந்தது கிடையாது.

விவசாயிகள் இயற்கையை நம்பினார்கள். இயற்கையின் கொடையால் நல்ல மழையும் சீரான விவசாயமும் கிடைக்கக் கடவுளை நம்பி னார்கள். இந்திரனுக்கு விழா எடுத்தார்கள்.

விளைநிலங்கள் அனைத்தும் பாசனம், பயிர்விளை திறனுக்கும் நீர்வளத்துக்கும் ஏற்றபடி நன்செய், புன்செய், மென்செய் எனப் பிரிக்கப்பட்டன. நன்செய், மென்செய் நிலங்கள் அதிகமான நீர்வரத்துள்ள நிலங்கள். புன்செய் நிலம், நீர்வளம் குறைந்த நிலப்பகுதி. இன்றைய தமிழகத்தின் நஞ்சை நிலங்களில் பெரும்பகுதி சோழர் காலத்தில் உருவானதே.

கோயிலுக்குத் தானம் செய்வதில்கூட நீரின் முக்கியத்துவம் உணரப் பட்டது. விளைச்சலுக்குப் பயன்படாத நிலமாக இல்லாமல் நல்ல நீர் நிலமாக இறைவனுக்குத் தானம் செய்தார்கள். இப்படி இறைக் கோயிலுக்குக் கொடையளிக்கப்பட்ட நிலங்கள் 'தேவதானம்' என்று பெயரிடப்பட்டன.

கோயிலுக்கு நிலக்கொடையளிக்க ஆசைப்பட்டவர்கள் மற்றவர் களிடம் புதிய நிலத்தை வாங்கி அதை விளைச்சல் நிலமாக மாற்றி கோயிலுக்குக் கொடையளித்ததையும் பல கல்வெட்டுகள் விளக்கு கின்றன. கோயிலுக்கு வழங்கப்படும் நெல்லை அளக்கச் சூலக்கால் எனும் அளவு நிர்ணயம் செய்யப்பட்ட சிறப்பு முகத்தலளவை பயன் படுத்தப்பட்டது.

நிலங்கள் அவற்றில் விளைந்த பயிர்களைக் கொண்டும் நிலத்தின் உரிமையாளரைப் பொறுத்தும் பெயரிடப்பட்டன. பிராமணர்களின் நிலம், சட்டப்பெருமக்கள் நிலமாகப் பெயரிடப்பட்டது. மாறன் சாத்தன் நிலம், நக்கன் கற்குடி நிலம், சேந்தன் பிராமணி நிலம், நக்கன் காடன் நிலம், ஆவணிச்செட்டி நிலம் ஆகிய பெயர்களிலும் நிலங்கள் இருந்தன.

வீடு கட்ட ஒதுக்கப்பட்டிருந்த நிலப்பகுதி மனை நிலம் என்றும், வானிலைப் பருவங்களுக்கு ஏற்றபடி விளைந்த நிலங்கள் பருவங்களின் பெயராலும் (பனஞ்செய், மூங்கில்செய்) அழைக்கப்பட்டன. நில வரிகள் இதற்கேற்றபடி விதிக்கப்பட்டன.

ராஜராஜனுக்கு உலகளந்தான் என்றொரு பெயருண்டு. கி.பி. 1001ல், தன் ஆட்சிக்கு உட்பட்டிருந்த பகுதிகள் முழுவதையும் சீராக அளக்க ராஜராஜன் கட்டளையிட்டார். இப்பணி ராஜராஜ மாராயன் என்பவர் தலைமையில் நடைபெற்றது. ராஜராஜன் உருவாக்கிய வளநாடுகளில் நிலங்கள் அளக்கப்பட்டன. உற்பத்தி அளவிடப்பட்டது. நிலங்கள் அனைத்தும் சரியாக அளக்கப்பட்டு, எல்லைகள் குறிக்கப்பட்டு, உரிமையாளர் பெயர்களுடன் ஆவணங்களில் பதிவாகின. இரண்டு ஆண்டுகளில் இப்பணி முடிவடைந்தது.

ஒரு சிறந்த நிர்வாகியாக இல்லாவிட்டால் ராஜராஜனால் இத்தனை போர்களையும் வென்று, மக்களையும் கட்டிக் காத்து, கலைகளையும் வளர்த்து ஆட்சி செய்திருக்க முடியாது. ஒரே நேரத்தில் கண்டிப்பான நிர்வாகியாகவும் கலாரசனை கொண்டவராகவும் அவர் விளங்கியதால் மக்களுக்குத் தரமான வாழ்க்கை கிடைத்தது. ராஜராஜன் காலத்தில் சோழர்கள் பிரதேசத்தில் எந்தவொரு வம்புதும்புக்கும் இடமில்லாமல் போனது. மக்களுக்கு அமைதியான வாழ்க்கை வழங்கிய ராஜராஜன் மக்கள்மீது வரி சுமத்துவதற்கான நடைமுறைகளை உருவாக்கினார்.

விவசாய வளர்ச்சி என்பது பல்லவர்கள் காலத்தில் அதிகமாக இருந்தாலும் சோழர் காலத்தில் அது ஓர் அமைப்பாக மாற்றப்பட்டது. இதனால் தமிழ்நாடு மிகப்பெரிய உற்பத்திக் கேந்திரமாக மாறியது. விவசாயத்தைக் கட்டுப்பாட்டில் வைத்திருந்த வேளாளர்கள் வணிகர் களாகவும் ஆனார்கள்.

சோழப் பேரரசுக்கு நிறைய செலவுகள் நிறைய இருந்தன. ஏராளமான அரசுப் பணியாளர்களும் போர்ப்படை வீரர்களும் இருந்தார்கள். இவர்கள் சம்பளம் ஒரு பெரிய செலவாக இருந்தது. மேலும், போரினால் ஆகக்கூடிய செலவுகள் என்று இன்னொரு ஒரு பெரிய செலவு இருந்தது. இத்தனையும் சமாளிக்க மக்கள்மீது பல வரிகள் விதிக்கவேண்டியிருந்தது.

நாம் இன்று ஜனநாயக யுகத்தில் வாழ்ந்து வருகிறோம். இன்று நமக்கான சட்டங்களும் நியாயங்களும் வேறு. ராஜராஜன் ஜனநாயக ஆட்சியாளர் அல்லர். அவர் நிலப்பிரபுத்துவக் காலகட்டத்தின் ஆட்சியாளர். தம் சமகாலத்து மன்னர்கள் என்ன செய்தார்களோ அதைத்தான் ராஜராஜனும் செய்தார்.

தினமும் எல்லையைக் காக்க வேண்டிய கட்டாயமும், அடிக்கடி போர் புரியவேண்டிய கட்டாயமும் அவருக்கு இருந்தன. கொஞ்சம் கண் அசந்தாலும் அடுத்த நாளே வாசலில் பாண்டியர் படை வந்து நிற்கும்.

போர்களினால் கிடைத்த செல்வங்களினாலும் வரி வசூல் தொகை யினாலும் உண்டான பேரமைப்பே ராஜராஜனுக்குப் பெரும் சௌகரி யத்தை உண்டு பண்ணின. இவற்றினால் கிடைத்த பணம்தான் சோழ மண்டலத்தில் தமிழகத்தில் ஏரிகளாக, விளைநிலங்களாக, கோயில் களாக ஆகின.

மக்களின் உற்பத்தியில் உள்ள உபரியை வசூல் செய்து மையநிதியை உருவாக்கிக்கொள்வதுதான் ஒவ்வொரு அரசின் வழக்கம். வட்டார நிர்வாக அமைப்பை மக்கள் தேர்வு செய்ததால் மக்களின் வரிப்பணம் அந்தந்தப் பகுதிகளுக்கு செலவிடப்பட்டது.

வரிவசூலுக்காகவும் நிர்வாகத்துக்காகவும் சோழநாடு, மண்டலங்
களாகவும், அந்த மண்டலங்கள், கோட்டம், கூற்றம் அல்லது வளநாடு
எனப்பட்ட பகுதிகளாகவும் பிரிக்கப்பட்டு இருந்தன. கூற்றம், நாடுகள்
என்ற சிறிய அலகுகளாகப் பிரிக்கப்பட்டன. இந்த நிர்வாக அமைப்பு
களைத் தேர்வு செய்ய மக்களின் கருத்துகள் கேட்கப்பட்டன. சில
சமயங்களில் மக்களே தங்கள் நிர்வாக அமைப்பினரைத் தேர்வு
செய்தார்கள்.

ஏராளமான நலத் திட்டங்களால் மக்கள் வரி செலுத்தவேண்டிய
கட்டாயத்துக்கு ஆளாக்கப்பட்டார்கள். இந்தக் காலக்கட்டத்தில்
அதுவரை இல்லாத அளவுக்கு வரிகள் மிகவும் அதிகமாக இருந்தன.
வரிவசூலும் எண்ணிப் பார்க்கமுடியாத அளவுக்கு உயர்ந்தது.

வரி கட்டமுடியாதவர்கள் நிலங்களை விற்றார்கள். நிலம் பொன்னுக்கு
விற்கப்பட்டது. துளைப்பொன், திப்பொக்குச் செம்பொன் என்பன
உயர்தரப் பொன்வகைகளாகக் கருதப்பட்டன. வேலி, காணி, மா,
முந்திரிகை, சின்னம், பாத்தி போன்றவை நில அளவுகளாக இருந்தன.

இன்று, நம் அரசு அமைப்பில் வருவாய்த்துறை என்று உண்டு. இதைப்
பல நூறு ஆண்டுகளுக்கு முன்பு செயல்படுத்திக் காட்டியவர்
ராஜராஜன். மேலிருந்து கீழ் மட்டம் வரை பல அதிகாரிகள் நியமிக்கப்
பட்டார்கள்.

ராஜராஜனின் உள்துறை என்று வர்ணிக்கப்படும் நிர்வாக அமைப்பு வரி
வசூலுக்கு அதிக முக்கியத்துவம் கொடுத்தது.

கணக்கன், கீழ்க் கணக்கன், பாடிகாப்பான், தண்டுவான், அடிக்கீழ்
நிற்பான், பிணக்கறுப்பான் ஆகியோர் அலுவலர்கள் என்று அழைக்கப்
பட்டார்கள். கணக்கன் என்கிற ஊழியர்கள் கிராம சபைக்குரிய
கணக்கை எழுதுபவராக இருந்தார். ஆண்டு இறுதியில் கணக்கைச்
சமர்ப்பிக்க வேண்டும் என்பது இவர்களுடைய கட்டாயப் பணியாக
இருந்தது. கீழ்க் கணக்கன் என்பவர் கணக்கனுக்கு உதவுபவராக
இருந்தார். தண்டுவான், மக்கள் அரசுக்குக் கொடுக்க வேண்டிய
வரிகளை வசூலிப்பவராகவும் பாடிகாப்பான், திருட்டுக் குற்றங்கள்
நிகழாத வகையில் மக்களைக் காப்பவராகவும் இருந்தார்கள். கணக்கு
வழக்குகள், ஓலைச் சுவடிகளிலும் கல்வெட்டுகளிலும் பதிவு செய்யப்
பட்டிருந்தன. எல்லா வரவுசெலவுகளுக்கும் துல்லியமான கணக்கு
வைக்கப்பட்டிருந்தது.

அத்தனை ஊழியர்களுக்கும் நாள் ஒன்றுக்கு நானாழி நெல், ஆண்டுக்கு
ஏழு கழஞ்சு பொன் (கழஞ்சு என்பது தங்கத்தை அளக்கும் அளவை,
1.77 கிராம்), இரண்டு ஆடைகள் ஆகியவை ஊதியமாக வழங்கப்பட்டன.

நிலவரிதான் முதன்மையானது. இதை மக்கள் பணமாகவும் நெல் லாகவும் கட்டினார்கள். இது தவிர சுங்கவரி, தொழில்வரிகள என்று நானூறுக்கும் அதிகமான வரிகள் இருந்தன. காடுகள், கனிப்பொருள்கள், உப்பளங்கள் ஆகிய இயற்கை வளங்களைப் பயன்படுத்துவோர் மீதும் வரி விதிக்கப்பட்டது. வரி கட்டாதவர்கள் தண்டம் என்கிற அபராதத் தொகையைக் கட்டவேண்டிய சட்டமும் இருந்தது.

போர் வரி என்ற ஒரு தனி வரியும் சோழர் காலக்கட்டத்தில் உண்டு. போரினால் ஏற்படுகிற செலவினங்களை ஈடுகட்ட மக்கள் போர்வரி செலுத்தவேண்டிய கட்டாயமும் இருந்தது. ஒரு வேலி நிலத்துக்கு ஒரு பொன் என்கிற ரீதியில் போர் வரிகள் இருந்தன.

வரியை வசூலிக்கும் பொறுப்பு ஊராட்சித்துறைக்கு இருந்தது. அரசருக்கு நேரடியாகக் கட்டப்படுகிற வரி தனி. மேலும், ஊர் சபைக்கும் நகரசபைக்கும் தனித்தனி வரிகள் இருந்தன. இரண்டு ஆண்டு களுக்கு மேல் வரி கட்டாதவர்களின் நிலத்தைக் கிராமச் சபை தன் அதிகாரத்துக்குள் கொண்டுவந்துவிடும். வரிவசூலுக்குக் கிராம சபைகள் முழுப்பொறுப்பேற்றன. கட்டாய வரி என்பது மட்டுமில்லாமல் பல விதங்களில் வரிவிலக்கும் உண்டு. ஆனால், சாதாரண மக்களுக்கு அதனால் பெரிய பலனில்லாமல் இருந்தது.

சோழப் பேரரசின் எல்லைகள் விரிவடைந்தபோது செலவுகள் அதிக மாகின. முக்கியமாக ராணுவ நடவடிக்கைக்கான செலவுகள் நிதியாதாரத்தை அழித்தன. இதனால் வரிவசூல் கடுமையாக்கப் பட்டது. பெரும் பணம் சேர்கிற இடத்தில் ஊழலுக்கும் இடமிருக்கும். சில கரும்புள்ளிகளால் சோழ அரசுக்கும் மக்களுக்கும் சிரமங்கள் ஏற்பட்டுள்ளன.

பல ராணுவத் தளபதிகள் தன்னிச்சையாக வரிவசூல் செய்துள்ளார்கள். அரசு நிர்வாகம் ராணுவ நடவடிக்கைகளில் முழுமூச்சுடன் செயல்பட்டதால் மக்கள் நிர்வாகத்தில் சில ஓட்டைகள் ஏற்பட்டன. கிராமசபை நடைபெறும் போது அரசு ஊழியர்களுக்கும் மக்களுக்கும் ஏற்படும் கருத்து வேறுபாடுகளைக் களைபவர்களாக நடுநிலை யாளர்கள் நியமிக்கப்பட்டார்கள்.

ராஜராஜனின் வருமானமும் அவர்கள் குடும்பத்துக்கு வழங்கப்படும் நிதியும் அவர்களுக்குண்டான செலவுகளுமே அதிகமாக இருந்தன. ராஜராஜனின் செலவு என்று தனியாக இருந்தது. ராஜராஜன் கழுத்தில் கெம்பு, பச்சை, கோமேதகம் போன்ற நவரத்தினக் கற்களை ஆபரண மாக அணிந்தார். விலையுயர்ந்த கற்கள் பொருந்திய தங்கக் காதணி களை அணிந்தார். மந்திரிகளும் சேனாதிபதிகளும் முத்து மாலைகள்

அணிந்தார்கள். அரச வம்சத்தினருக்கு அயல்நாடுகளிலிருந்து பொருள்கள் இறக்குமதி செய்யப்பட்டன. வாசனைத் திரவியங்கள் சுமத்ரா தீவுகளிலிருந்து வந்தன. இதனால் அரசு செலவுகளுக்கும் போர்ச் செலவுகளுக்கும் மக்களை நம்பியே சோழ அரசு இருந்தது.

மாபெரும் மத அடக்குமுறைகள், நிலப்பிரபுத்துவக் கொடுமைகள் அரங்கேறிய மத்திய காலக்கட்டம் அது. ஆனால், தமிழகம் எந்தச் சர்ச்சைக்கும் கலவரத்துக்கும் ஆளாகாமல் இருந்தது. இரு நூற்றாண்டுக் காலமாகத் தமிழக நிலத்தில் நிலவிய உள்சண்டைகள் தீர்க்கப் பட்டிருந்தன. அதற்கான விலைதான் வரிகள்.

அடக்குமுறைகள் மூலம் வரிகள் வசூல் செய்யப்பட்டன. வரிச்சுமையினால் விவசாயிகளின் நிலை கடினமாக இருந்ததும் இந்தப் பாரம் தாங்காமல் பலர் ஊர் மாறி சென்றதும் உண்டு. அவையெல்லாம் நிலவுடைமைச் சமூக அமைப்பின் இயல்புகளாக அன்று இருந்தன. (அதேசமயம் கம்மியர், தச்சர் போன்ற இதர தொழிலைக் கொண்ட வர்கள் இவ்வளவு நெருக்கடிகளுக்கு ஆளாகவில்லை.)

மக்கள் வரி கட்டுவதில் ஒரு நல்லதும் நடந்தது. மக்கள் வரியிலிருந்து ராஜராஜேசுவர உடையார் பெரும்பண்டாரம் என்கிற மக்கள் வங்கியை ஆரம்பித்தார் ராஜராஜன். அந்த வங்கியில் பெற்ற கடனுக்குக்காக முறையான வட்டியை (12.5 சதவிகிதம்) மக்கள் செலுத்தியிருக் கிறார்கள். இந்த வட்டிப் பணம் பொழிசை என்று குறிப்பிடப்பட்டது.

சோழர்கள், போரிட்டு நகரங்களை அழித்தபோது, அங்குள்ள கருவூலங் களிலிருந்து கைப்பற்றும் அத்தனைப் பொருள்களையும் ஆலயங் களுக்கே திருப்பிக் கொடுத்தனர். போர்களின் வெற்றியினால் கிடைத்த செல்வங்களையும் மக்கள் வரிப்பணத்தையும் பெரும் பண்டாரத்தில் முதலீடு செய்து வைத்தார் ராஜராஜன். ராஜராஜன் மட்டுமில்லாமல் அவர் மனைவியர், தேவியர், உயர் அலுவலர்கள், செல்வந்தர்கள் எனப் பலரும் அப்பண்டாரத்தில் ஈசனின் பெயரால் செல்வங்களை முதலீடு செய்தார்கள்.

கோயிலுக்குக் கொடை வழங்கியதில் ராஜராஜனின் பங்குதான் அதிகம். வெள்ளிப் பாத்திரங்கள், பொன் அணிகலன்கள், பொன்னால் ஆன பாத்திரங்கள், பொன் திருமேனிகள், வெள்ளித் திருமேனிகள், செப்புத் திருமேனிகள் என்று கோயிலுக்கு ஏராளமான கொடை வழங்கினார். கோயிலுக்கென்று ஒரு பகுதி கொடையைச் சேமித்து வைத்துவிட்டு மிச்சம் உள்ளதை மக்கள் பயன்பாட்டுக்கு வழங்க முடிவு செய்தார். அதுதான் ராஜராஜேசுவர உடையார் பெரும்பண்டாரம்.

வரிகளுக்கான மாற்று ஏற்பாடாக ராஜராஜன் இந்த வங்கியை ஆரம் பித்தார். வரி கட்டிய உனக்குக் கஷ்டமா, வா. இங்கு வந்து உனக்கான பணத்தை எடுத்துக்கொள் என்று ராஜராஜனே தோளணைத்துச் சொல்லி உதவுகிற வங்கியாக அது இருந்தது. கொடுத்த பணத்துக்கு வட்டி கிடைப்பதால் அரசுக்குக் கூடுதல் வருமானமும் கிடைத்தது.

ராஜராஜன் அளித்த ஆயிரக்கணக்கான பொருள்கள் வரிசையில் முதலில் குறிப்பிடத்தக்கது, 829 கழஞ்சு எடையில் செய்யப்பெற்ற ஸ்ரீபலி எழுந்தருளும் தேவர் பொன் திருமேனியும் 995 கழஞ்சு எடையில் செய்யப்பெற்ற பொன்னாலான பத்மத்துடன் கூடிய ஸ்ரீபலிபீடமும். ராஜராஜன் முதல் தானத்தை வழங்குவதால்தான் 'நாங்கொடுத்தனவும், நம் அக்கன் கொடுத்தனவும், நம் பெண்டுகள் கொடுத்தனவும்' என்று கல்வெட்டு தொடங்குகிறது.

ராஜராஜன் ஆரம்பித்து வைத்தபிறகு, கோயில் வங்கியில் பணம் புரள ஆரம்பித்தது. ராஜராஜனின் சகோதரியான குந்தவையும் ராஜராஜனின் மனைவிகளும் கோயிலுக்கு ஏராளமான கொடைகளை வழங்கினார்கள்.

அரசுக்குக் கட்டப்படும் வரியில் ஒரு பகுதியும் இந்த வங்கியில் முதலீடு செய்யப்பட்டது. இந்தக் கோயிலுக்காகக் கிராமங்கள் தோறும் அறநிலையங்கள் ஆரம்பிக்கப்பட்டன. ஊர் சபைகள், வணிகக் குழுவினர், விவசாயிகள், தனி நபர்கள் எனப் பலரும் அப்பண்டாரத்து முதலீடுகளைக் கடனாகப் பெற்றார்கள். ஆண்டொன்றுக்கு 12.5 சதவீதம் வட்டியைக் கோயிலுக்குச் செலுத்தினார்கள்.

வரியின் சுமையால் தவித்த மக்களுக்கு இந்த ஏற்பாடு விசேஷ சலுகை அளிப்பதாக இருந்தது. ராஜராஜன் தங்கள்மீது வரிகளைச் சுமத்திக் கொடுமைப்படுத்தவில்லை. அரசின் வருமானம் என்பது வேறு; மக்கள் மீதான அக்கறை என்பது வேறு என்கிற இரு நிலைகளையும் அவர்கள் புரிந்துகொள்ள வங்கித் திட்டம் மிகவும் பயனளிப்பதாக இருந்தது.

பெரிய கோயிலின் வருவாய் முழுவதும் சமய வழிபாடுகளுக்கு மட்டும் செலவழிக்கப்படவில்லை. வங்கியில் முதலீடு செய்யப்பட்ட அந்தப் பணத்திலிருந்து மக்களும் நேரடியாகப் பயனடைந்திருக் கிறார்கள். ஓர் உதாரணம் பாருங்கள்.

ஆலயத்தில் விநாயகருக்கு நாள்தோறும் வாழைப்பழம் நிவேதனம் செய்ய அறக்கட்டளை அமைத்திருந்தார் ராஜராஜன். தினமும் 150 வாழைப்பழம் வழங்குவதற்காக 360 காசுகளை முதலாகப் போட்டு ஆலயத்தின் பண்டாரத்தில் வைத்திருந்தார். அதாவது ஆண்டொன்றுக்குத் தேவைப்படும் 54,000 பழங்களுக்கு வருட முதல் நாளிலேயே முதலீடு செய்துவிட்டார் ராஜராஜன்.

அன்றை விலைவாசிப்படி, ஒரு காசுக்கு 1200 பழங்கள். இதன்படிப் பார்த்தால் ஒரு வருடத்துக்கு 45 காசுகள் இருந்தால் போதும். இந்தத் தொகைக்கு ஆண்டு வட்டி மூலதனம் 360 காசுகள். இதிலிருந்து கடன் வாங்கும் வணிகர்களுக்கும் பொது மக்களுக்கும் 12.5% வட்டி விகிதம் விதிக்கப்பட்டது தெரிய வருகிறது. இந்த ஏற்பாட்டின்படி, மூலதனம் இம்மியும் நகராமல் அப்படியே வங்கியில் இருந்தது. வட்டியாக வருகிற வருமானத்தை எடுத்துக் கோயில் காரியங்களுக்கு செலவு செய் தார்கள்.

பெரிய கோயிலில் திருவிளக்குகள் ஏற்றுவதற்காக நெய் முதலிய பொருள்கள் வாங்க ஆயிரக்கணக்கான ஆடுகள், பசுக்கள், எருமைகள் போன்றவற்றைத் தானமாகக் கொடுத்திருந்தார் ராஜராஜன். ஒரு விளக்குக்கு நாள் ஒன்றுக்கு ஓர் உழக்கு நெய் (ஒரு உழக்கு - முன்னூற்று முப்பத்தி ஆறு மில்லி மீட்டர்) அளிக்க வேண்டும். இதற்குப் பணம் கொடுத்தால் அரசுக்குச் செலவுதானே! அதனால் ஊருக்கும் பயன்படும் விதத்தில் கால்நடைகளையே கொடையாக அளித்திருந்தார். கால்நடை யைப் பெற்ற மக்கள் பதிலுக்கு என்ன செய்யவேண்டும்? கோயிலுக்குத் தேவையான நெய் மற்றும் பால் தேவை உள்ள பொருள்களைத் தானமான கோயிலுக்கு வழங்கவேண்டும். இதனால் கொடையாகக் கொடுக்கப்படுகிற பொருள்கள் அரசின் செலவுகளைக் குறைத்தன.

மன்னர் கொடை வழங்கும்போது அமைச்சர் பெருமக்கள் கைகட்டி வேடிக்கை பார்க்கமுடியுமா? அமைச்சர், உயர் அதிகாரிகள் என அனைவருமே இந்தத் திருவிளக்குக் கொடையில் பங்கு பெற்றார்கள். கால்நடைகளின் எண்ணிக்கை அதிகமாகும்போது ஒரு காசுக்கு 2 ஆடும், இரண்டு காசுக்கு 1 பசுவும், மூன்று காசுக்கு ஒரு எருமையும் விற்கப்பட்டன. அரசுக்கு வருமானம்; பண்டாரத்துக்கு முதலீடு.

பெரிய கோயிலுக்கு ஆண்டொன்றுக்கு ஒரு லட்சத்து பதினைந்தாயிரம் கலம் நெல்லும், 300 கழஞ்சுப் பொன்னும், 2000 காசுகளும் நிரந்தர வருமானம் கிடைக்க ஏற்பாடு செய்தார் ராஜராஜன்.

(இந்த இடத்தில் பழந்தமிழர் கடைபிடித்த சில அளவுகளைத் தெரிந்து கொண்டால் இன்றைய அளவைப்படி அது எவ்வளவு எடை கொண்டது என்பதை அறிந்துகொள்ளலாம். முன்னூற்று அறுபது நெல் = ஒரு சோடு; ஐந்து சோடு = ஒரு ஆழாக்கு; இரண்டு ஆழாக்கு = ஒரு உழக்கு; இரண்டு உழக்கு = ஒரு உரி; இரண்டு உரி = ஒரு நாழி; எட்டு நாழி = ஒரு குறுணி; இரண்டு குறுணி = ஒரு பதக்கு; இரண்டு பதக்கு = ஒரு தூணி; மூன்று தூணி = ஒரு கலம்.)

ஊரின் மொத்த நிலப்பரப்பு, அதில் வரி விலக்கு பெற்ற விளை நிலங்கள், கோயில்களுக்கு தேவதானமாகத் தரப்பட்ட நிலப்பரப்பு,

அதற்கான வரியைக் கோயிலுக்குச் செலுத்துதல், அளக்க வேண்டிய நெல்லின் அளவு போன்ற விவரங்களைக் கல்வெட்டில் பதிவு செய்யப் பட்டன. பல ஊர்களில் உள்ள பலப்பல நிலப்பரப்புகளின் துல்லிய மான நில அளவும், ஊர்ச்சபையினரால் கோயிலுக்கு வரவேண்டிய நெல்லின் அளவும், அப்படி வரும் நெல்லை எப்படி செலவளிக்க வேண்டும் என்பன போன்ற விவரங்களும் குறித்து வைக்கப்பட்டன.

உதாரணமாக, குந்தவையார் கோயிலுக்குக் கொடுத்த காசில், ஒரு ஊரைச் சேர்ந்த ஊர்ச்சபையினர் ஐநூற்று இருபது காசு பெற்றுக் கொண்டால், அதற்கு ஈடாக அவர்கள் முதல் ஆண்டொன்றுக்கு 130 கலம் நெல்லைக் கோயிலுக்கு வழங்கவேண்டும். அந்த 130 கலம் நெல், சுந்தர சோழரின் செப்புத்திருமேனிக்குத் திருவமுது செய்வதற்குப் பயன் படுத்தப்படும். இதை வைத்துக்கொண்டு ஊர்ச்சபையினர் ஓராண்டுக்குக் கொடுக்கவேண்டிய நெல்லின் அளவு, அந்த நெல்லை எதற்குப் பயன்படுத்த வேண்டும் என்பன போன்ற விவரங்கள் உடனுக்குடன் பதிவு செய்யப்பட்டன.

தானமாக வந்த நிதியினை செலவு செய்யாமல் அந்த நிதியிலிருந்து வரும் வட்டியினைச் செலவினங்களுக்குப் பயன்படுத்துவதன் மூலமாகப் பண்டாரத்தை ஒரு அசல் வங்கி போல நடத்தினார் ராஜராஜன்.

கோயில் சொத்துகளைப் பராமரிக்கப் பணியாளர்கள் நியமிக்கப் பட்டதில் கடுமையான நடைமுறைகள் பின்பற்றப்பட்டன.

ராஜராஜனின் ஆணையிலிருந்து பண்டாரிகளாகப் பொறுப்பேற் பவர்கள் பெரும் சொத்துக்களைப் பராமரிப்பவர்கள் என்பதாலும், கருவூலத்தில் பொன், நவமணிகள், நெல் போன்ற விலை மதிப்புள்ள பொருள்கள் இருப்பதாலும் அவர்களுக்கு நிலமும் நல்ல உறவினர் களும் இருக்கவேண்டும் என்பது கட்டாய விதியாக இருந்தது.

பெரிய கோயிலுக்காக சோழ மண்டலம், பாண்டி நாடான ராஜராஜ மண்டலம், தொண்டை நாடான ஜயங்கொண்ட சோழ மண்டலம் ஆகிய மண்டலங்களில் உள்ள பிரமதேயங்களிலிருந்து சொந்த நிலமும், உறவினர்களும் உடையவர்களை ஸ்ரீ பண்டாரஞ் செய்யும் பண்டாரிகளாக நியமனம் செய்யவும், கணக்கர்கள், கீழ்க்கணக்கர்கள், திருப்பரிசாரகர்கள் ஆகியோரையும் நியமிக்கவும் ஆணையிட்டதைக் கல்வெட்டுகள் தெரிவிக்கின்றன.

# 5

## இலங்கையில் பறந்த புலிக்கொடி!

### மைசூர்ப் படையெடுப்பு

போர்களின் வடிவங்கள் மாறியதே தவிர, போர் புரிவது மட்டும் மாறவேயில்லை. முதலில் கன்னட நாடு, அப்படியே பக்கத்தில் உள்ள வேங்கை நாடு. இந்த இரண்டு நாடுகளையும் வளைத்த பிறகு, கீழைச் சாளுக்கிய நாடு, ஈழ நாடு என்று ராஜராஜனின் படைக்கு நிறைய வேலைகள் இருந்தன. முதல் கட்டமாக, சோழர் படை மைசூரை நோக்கி விரைந்தது.

உண்மையில் ராஜராஜனுக்கு அப்படியொன்றும் நாடு பிடிக்கும் ஆசையும் பொன்னும் பொருளையும் கொள்ளை யடிக்கும் எண்ணமும் கிடையாது. நிச்சயம் அவர் போர் வெறி கொண்டவர் அல்லர். சில போர்கள் உறவுகளைப் பலப்படுத்தவும், சில போர்கள் உறவுகளை அறுத் தெறியவும், சில போர்கள் சந்தர்ப்ப சூழ்நிலைகளாலும், சோழப் பேரரசின் பாதுகாப்புக்காகவும் தொடங்கப் பட்டவை.

அரச வாழ்க்கை என்பது ஒரு பந்தயம்தான். நாம் முதலிடம் வரவேண்டுமென்றால் அடுத்தவனைப் பின்னுக்குத் தள்ள வேண்டும். ஆனால், நம்மைக் கீழே தள்ளிவிட்டு

முன்னுக்கு செல்பவர்கள்தான் அதிகம். அவர்களை கைகட்டிக்கொண்டு வேடிக்கை பார்க்க முடியாது. என்ன செய்யலாம்? என்ன செய்து எதிரியை வீழ்த்தலாம், எப்படி நம்மை தற்காத்துகொள்ளலாம் என்கிற யோசனையில்லாமல் ஒரு மன்னனால் ஆட்சி செலுத்த முடியாது.

மக்கள் நலம், நாட்டு நலன் இரண்டையும் கருதி, அடைக்கலம் தேடி வந்த சிற்றரசர்களின் பாதுகாப்புக்காகவும், அவர்கள் நட்புக்காகவும், முக்கியமாகத் தடையில்லாத கடல் வாணிபத்துக்காகவும் தொடங்கப் பட்ட போர்கள்தான் பெரும்பாலானவை.

சோழநாட்டில் உற்பத்தி அதிகமானபோது வணிகம் கட்டாயமாக ஆகியது. கடல் வாணிபம் மூலமாக ஏற்றுமதி, இறக்குமதி வியாபாரம் மும்முரமாக நடைபெற்றது. அப்போது இன்னொரு தேவையும் ஏற்பட்டது. வணிக வழிகள் மேல் கட்டுப்பாடுகள் இருந்தால்தான் கடல் வணிகம் தடையில்லாமல் நடைபெறும். இதனால்தான் ராஜராஜன் வேங்கை (வேங்கி), கலிங்கம் வரை படையெடுக்க வேண்டிய சூழ்நிலை வந்தது. சீன வணிகர்கள் கடாரம், சாவகம் போன்ற இடங்களின் வழியாக சோழநாட்டுடன் வணிகம் செய்தார்கள். அவர்களைத் தங்கள் கட்டுப்பாட்டுக்குள் கொண்டுவர வடக்கே படையெடுப்பு தேவையாக இருந்தது. படையெடுப்புகளால் தான் இருநூறு வருடம் சோழர்களால் சிக்கலில்லாமல் அயல் வணிகத்தில் ஈடுபட முடிந்தது. இதற்கான போர் வெற்றிகளே சோழர் சாம்ராஜ்ஜி யத்தை விரிவுபடுத்திக்கொண்டே போயின.

போரில் வெற்றி பெற்ற பிறகு, அதை வைத்துக்கொண்டு வானுக்கும் பூமிக்கும் ராஜராஜன் குதிக்கவில்லை. முக்கியமாக, தான் போரில் வென்றவர்களை இழிவுபடுத்தும் எண்ணமோ, அவர்களின் பெயர்களைக் கல்வெட்டில் பொறித்து அவர்கள் மானத்தை வாங்கும் நடவடிக்கைகளிலோ அவர் ஒருபோதும் இறங்கியது கிடையாது.

பிற மன்னர்கள், தாம் வென்ற நாடுகளுடன் தங்களால் தோற்கடிக்கப் பட்ட மன்னர்களின் பெயர்களையும் கல்வெட்டுகளில் பொறித்தார்கள். ஆனால், ராஜராஜனின் கல்வெட்டுகளில் நாடுகளை வென்ற விவரங்கள் மட்டுமே இருக்கும். ராஜராஜன் காலத்துக் கல்வெட்டுகளில் இரண்டு இனப் பெயர்கள் மட்டுமே இடம்பெற்றுள்ளன. சிங்களர், செழியர். இங்கும் மன்னர்களின் பெயர்கள் சுட்டிக்காட்டப்படவில்லை.

ராஜராஜன் மன்னர்களை வென்றிருக்கிறார். ஆனால், போருக்குச் சம்பந்தமில்லாத மக்களை அவர் துன்புறுத்தவில்லை. அவருடைய வீரர்கள் ஏதாவது தவறு செய்தாலும் அதை உடனே தண்டித்துத் தவறுக்குப் பிராயச்சித்தம் தேடுபவராகவே அவர் இருந்தார். கைப்பற்றப்பட்ட நாடுகளில் நிலையான ஆட்சியை உருவாக்கி, அங்கும்

மக்களுக்குப் பெரும் நலப்பணிகளைச் செய்திருக்கிறார். சேரநாட்டின் பெரும் ஏரிகள் அவர் வெட்டியவையே.

கேரளப் போரையே எடுத்துக்கொள்வோம். எதனால் அந்தப் போர் தொடங்கியது? சமாதானத்துக்குத் தூதுவரை அனுப்பினார் ராஜராஜன். ஆனால், அவர் சிறைப்பட்டதால் கேரளம் தாக்கப்பட்டது. 'உதகை யைத் தீ உய்த்த உரவோன்' எனப் பாடுமளவுக்கு அது கடுமையான போர். விதிமீறலுக்கான தண்டனைதான் உதகை எரிப்பு என்றாலும், ராஜராஜனுக்கு இதில் மகிழ்ச்சியில்லை என்பது அவருடைய மெய்க்கீர்த்திகளில் இருந்து புலப்படுகிறது. தான் எங்கு படையெடுத்து வென்றாலும் அதைத் தன் மெய்க்கீர்த்தியில் சேர்த்துக்கொள்ளும் ராஜராஜன், உதகைப் போருக்கு மெய்க்கீர்த்தியில் இடமே இல்லாமல் பண்ணிவிட்டார். உதகையின் எதிரொலியில் காந்தளூர்ச்சாலையும் கொல்லமும் கொடுங்களூரும் புலிப்படையின் தாக்குதலுக்கு ஆளாயின.

மைசூர்ப் படையெடுப்புக்கும் ராஜேந்திர சோழனே படைக்குத் தலைமை தாங்கினார். கொல்லத்துக்குச் சென்று, அங்கிருந்த சிற்றரசர் களைச் சோழர் படை விரட்டியடித்தது. அவர்களுக்கு இது கொசு அடிக்கிற வேலைக்குச் சமம். மைசூரின் பெரும்பகுதி கங்கபாடி என்றழைக்கப்படும். அங்கு கங்கர்களின் ஆட்சி நடந்துகொண்டிருந்தது.

இந்த நாட்டு மன்னருக்கும் சோழர்கள் என்றாலே வேப் பெண்ணைய்யாகக் கசக்கும். மைசூரைச் சேர்ந்த தும்கூர், சித்தல் தூர்க்கம் கோட்டங்கள், பெங்களூர், கோலார், பெல்லாரிக் கோட்டங்கள் போன்ற பகுதிகளை நுளம்ப பல்லவர்கள் ஆண்டுவந்தார்கள். இவர்கள் சேலம், வட ஆற்காடு கோட்டங்களின் வடபகுதியையும் வளைத்துச் சிற்றரசர்களாக இருந்தார்கள். ஆனால், இந்த நுளம்பர்கள் கங்கர்களின் கட்டுப்பாட்டுக்குள் இருந்தார்கள். இதனால், கங்கபாடிப் போரில் நுளம்பர்களின் ஆலோசனைகள் சோழர்களுக்குக் கிடைத்தன. கங்கர்கள் மீதான வெறுப்பில் நுளம்பர்கள், இப்போரில் சோழர்களுக்கு பேருதவி செய்ததாகவும் கூறப்படுகிறது.

ஏற்கெனவே கொங்குப் பகுதி சோழர்கள் வசம் இருந்ததால் காவிரி ஆற்றங்கரையைக் கடந்து மைசூரை அடைவது சோழர்களுக்குப் பெரிய சிரமமாக இருக்கவில்லை. கொங்கு நாட்டிலிருந்தும், குடமலை நாட்டிலிருந்தும் போர்ப்படைகள் கிளம்பி கங்கபாடிக்கு விரைந்தன. ஒரு பெரிய படையுடன் சென்றதால் கங்கபாடியே அரண்டு போனது.

முதலில் தடிகைபாடியையும் பிறகு கங்கபாடியையும் விரைவில் தங்கள் கட்டுப்பாட்டுக்குள் கொண்டுவரமுடிந்தது. கங்கர்களைத் தட்டி வைத்ததால் நுளம்பர்களும் சோழர்களின் சொல்லுக்குக் கட்டுப்

பட்டார்கள். இதனால் மைசூரை நோக்கிச் சென்ற காரியம் சுபமாகவே முடிந்தது.

### வேங்கி மண்டலப் போர்

தொண்டை நாட்டுக்கு வடக்கே கீழைச் சாளுக்கியர்களின் ஆட்சி நெல்லூர் வரை பரவிருந்தது. இங்கே சாளுக்கியர்கள் பற்றிக் கொஞ்சம் பார்ப்போம்.

எப்படி சோழர்கள் மாபெரும் சாம்ராஜ்ஜியத்தை உருவாக்கினார்களோ அதுபோல இந்திய அரச வம்சத்தின் முக்கியமான புள்ளிகள், சாளுக்கியர்கள். தெற்கு மற்றும் மத்திய இந்தியாவின் பெரும் பகுதியை ஆண்டவர்கள். 6ம் நூற்றாண்டு முதல் 8ம் நூற்றாண்டு வரையிலும், 10ம் நூற்றாண்டு முதல் 12ம் நூற்றாண்டு வரையிலும் இவர்கள் கன்னட, தெலுங்கு, மகாராஷ்டிரப் பகுதிகளில் ஆட்சி செலுத்தினார்கள். இவர்களுடைய மன்னர்களில் மிகவும் பிரபலமானவர், இரண்டாம் புலிகேசி. பல்லவர்களைத் தோற்கடித்து காஞ்சியை கைப்பற்றியது வரை அவர்களது கை தமிழகம் வரை நீண்டது.

எல்லா பேரரசுகளைப் போல வீழ்ச்சியைக் கண்ட இவர்கள், பத்தாம் நூற்றாண்டில் மீண்டும் தலைதூக்க ஆரம்பித்தார்கள். மேலைச் சாளுக்கியர்கள், கீழைச் சாளுக்கியர்கள் என்று இவர்களிடம் இரு பிரிவுகள் இருந்தன. மேலைச் சாளுக்கியர்கள், கர்நாடகாவில் உள்ள கல்யாணி நகரைத் (இன்றைய பசவகல்யாண் நகர்) தலைநகராகக் கொண்டு ஆண்டு வந்தார்கள். கீழைச் சாளுக்கியர்கள், வேங்கியைத் தலைநகராகக் கொண்டு ஆட்சி செய்து வந்தார்கள்.

கீழைச் சாளுக்கியர்களின் வளர்ச்சியும் ராஜராஜனுக்குக் கவலை அளித்தது. இதற்கு முன்னால் பல்லவர்களின் கோட்டைகளை உடைத் தெறிந்தவர்கள், மீண்டும் தமிழகத்தில் ஒரு அதகளம் ஏற்படுத்த மாட்டார்கள் என்று என்ன நிச்சயம் என்று எண்ணினார். இந்தச் சமயத்தில் கீழைச் சாளுக்கியர்களிடையே அப்போது கலகம் ஏற்பட்டு ஒருவருக்கொருவர் எதிரிகளாக மாறியிருந்தார்கள்.

கிருஷ்ணை, துங்கபத்திரை ஆறுகளுக்கு இடையே வடக்கே இருந்த பகுதிகளை மேலைச் சாளுக்கியர்கள் ஆட்சி செய்து வந்தார்கள். அவர்களுடைய உறவினர்களான கீழைச் சாளுக்கியர்கள், கிருஷ்ணை, கோதாவரியாறுகளுக்கு இடையே இருந்த பகுதிகளை ஆண்டு கொண்டிருந்தார்கள். இதுதான் வேங்கை நாடு அல்லது வேங்கி நாடு என்றழைக்கப்பட்டது.

ஏற்கெனவே இரண்டு கிளைகளாக இருந்த சாளுக்கியர்கள், கலகத்தால் மேலும் இரண்டு பிரிவுகளாக ஆனார்கள்.

ராஜராஜன் ஆட்சிக்காலத்தில் மேலைச் சாளுக்கிய நாட்டை சத்யாஸ்ரயன் என்கிற மன்னர் ஆண்டு வந்தார். இந்த நிலையில், கி.பி.998ல் கீழைச் சாளுக்கியர்கள், உதவி தேடி ராஜராஜனிடம் சரணடைந்தார்கள். சக்தி வர்மன் என்கிற சாளுக்கிய மன்னர் ராஜராஜனிடம் முறையிட்டதால் மேலைச் சாளுக்கியர்களுக்கு எதிராக வேங்கி நாட்டோடு போரிட்டது சோழர் படை.

கீழைச் சாளுக்கியர்கள் உதவி தேடி வந்ததால் கீழைச் சாளுக்கியர்கள் பகுதி முழுக்கச் சோழர்களின் கட்டுப்பாட்டில் வந்தது. மேலைச் சாளுக்கியர்கள், பல நூற்றாண்டுகளாக மகாராஷ்டிரத்தைச் சேர்ந்த ராஷ்டிரகூடர்களின் அடிமையாக இருந்து, இரண்டாம் தைலப்பன் மற்றும் அவர் மகன் சத்யாஸ்ரயன் ஆகிய சாளுக்கிய மன்னர்கள் மூலமாக மறுவாழ்வு பெற்றுத் தங்களுக்கென்று சில எல்லைகளை (இரட்டடிபாடி என்கிற நகரம் மேலைச் சாளுக்கியர்களின் நகரமாக இருந்தது) வகுத்து வேங்கிப் பகுதியை ஆண்டுவந்தார்கள்.

முதலில் மேற்குக் கடற்கரையிலுள்ள பகுதிகளைச் சுற்றி வளைத்தது சோழர் படை. இதனால் துங்கபத்திரை-கிருஷ்ணை ஆறுகள் வரை சோழர்களின் எல்லைகளாக மாறின. இது, மேலைச் சாளுக்கியர்களின் தெற்கு எல்லை. இதனால் மிகவும் நடுங்கிப் போனார் சத்தியாஸ்ரயன். சோழர் செல்வாக்கு, தன் நாட்டின் எல்லைவரைப் பரவி வருவதைக் கண்ட அவர் உடனே நாட்டைப் பாதுகாக்க அதிரடி முயற்சிகள் மேற்கொண்டார்.

வேங்கை நாட்டின் கீழைச் சாளுக்கியர்கள், இந்தப் போரில் ராஜராஜனுக்கு உதவியிருப்பது மேலும் சினம் கொள்ள வைத்தது. இது, சோழர்களுக்கு எதிரான போர் என்பதை விடவும் கீழைச் சாளுக்கியர்களுக்கு எதிரான போராக அவர்கள் அறிவித்தார்கள்.

சோழர் படையில் ஒன்பது லட்சம் பேர் இருந்ததால் மேலைச் சாளுக்கியப் படை மிகவும் திணறியது. சோழர்-சாளுக்கியர் போர் என்று இன்றளவும் விவாதிக்கப்பட்டு வரும் இந்தப் போர், சோழர் களின் வலிமையான படைக்கு இன்னொரு சான்றாக அமைந்தது. தென்னகத்தில் சோழர்களின் வீரத்துக்கு நிகரானவர்கள் யாரும் அல்லர் என்பதை இன்னொரு முறை நிரூபிக்கும் போராக இது அமைந்தது.

யானைப் படையும் குதிரைப் படையும் ஆயிரக்கணக்கில் இருந்தன. சோழர் படை பற்றி சாளுக்கியர்கள் நிறைய கேள்விப்பட்டிருந்தாலும் முதல்முதலாக அதை நேரில் பார்த்தபோது அவர்களுக்கு திக் என்று இருந்தது. கத்தி, கேடயம், வேல், வாள் என்று இந்த ஆயுதங்களைக் கொண்டு இன்னும் பல ஆயிரம் பேர் போருக்குத் தயாராக நின்று கொண்டிருந்தார்கள். பார்த்தக் கணத்திலேயே பின்வாங்கி ஓடுவது

என்பது கேளிக்கைக்கு ஆளாகும் என்பதால், சோழர் படையில் ஏதாவது குழப்பம் விளைவித்து ஒரு சாதகமான சூழலை ஏற்படுத்திக் கொள்ளலாம் என்கிற நினைப்பில் மேலைச் சாளுக்கியர்கள் போரைத் தொடங்கினார்கள். ஆனால் அவர்கள் நினைத்தது எதுவும் நடக்கவில்லை.

வாழ்வின் அவலங்களில் ஒன்று, போர்கள். இன்றைய காலக்கட்டத்தில் போரைப் பற்றிய நம் மதிப்பீடு இவ்வாறாகவே இருக்கும். ஆனால், அன்றைய காலக்கட்டத்தில் ஒரு மன்னர் போர் நடவடிக்கைகளில் துரிதமாகச் செயல்படாவிட்டால் அவர் மன்னராக மதிக்கப்பட மாட்டார். சிற்றரசருக்குரிய தகுதியைக்கூட அவர் இழந்துவிடுவார். போரில் ஈவு இரக்கத்துக்கு இடம் கிடையாது. மனிதர்கள் உருவில் பாம்புகளும் தேள்களும் உலவுகின்ற உலகத்தில் தற்காப்பு இல்லா விட்டால் நிலைமை விபரீதம் என்பதை எல்லா மன்னர்களும் புரிந்து கொண்டிருந்தார்கள்.

இந்தப் போர், பல ஆண்டுகள் நீடித்தது. சோழர் படையின் தொடர்ச்சி யான வேகத்தில் மிரண்டுபோன சத்யாஸ்ரயன் பின்வாங்க ஆரம்பித் தார். மன்னர் பின்வாங்கியதால் சாளுக்கியப் படையும் போரில் தோற்றுப் புறமுதுகைக் காட்டி ஓடத் தொடங்கியது. சோழர்கள் விடாமல் அவர்களை ஓடஓட விரட்டினார்கள். லட்சக்கணக்கான சோழ வீரர்கள் முன்னால் எறும்புகள் போல நசுக்கப்பட்டார்கள் சாளுக்கியர்கள்.

இறுதியில், மேலைச் சாளுக்கியர்களின் அத்தனை பகுதிகளும் சோழர் வசம் வந்தன. சாளுக்கிய நாட்டில் கிடைத்த பெருஞ்செல்வத்தை எடுத்துக்கொண்டு தஞ்சாவூர் திரும்பியது சோழர் படை. வெற்றிக்குக் காரணமாக இருந்த சக்தி வர்மனை கி.பி. 1001ல், வேங்கையின் அரசனாக்கினார் ராஜராஜன்.

சக்தி வர்மன் மன்னர் ஆனபின்பும் மேலைச் சாளுக்கியர்கள் ஓயவில்லை. சக்தி வர்மனுக்கு அவ்வப்போது தொந்தரவு கொடுத்துக்கொண்டுதான் இருந்தார்கள். ஒவ்வொருமுறையும் சோழர் படை தலையிட்டு மேலைச் சாளுக்கியர்களை விரட்டியடித்தது.

சக்தி வர்மனின் சகோதரன் விமலாதித்தனுக்குத் தன் மகள் குந்தவை யைத் (தன் சகோதரியின் பெயரையே தன் மகளுக்கும் சூட்டினார் பாசமலரான ராஜராஜன்) திருமணம் செய்து கொடுத்தார் ராஜராஜன். எதிர்பாராதவிதமாகக் கீழைச் சாளுக்கியர்கள் ராஜராஜனின் சம்பந்தியாகி நெருங்கிய உறவுக்காரர்களாக மாறிவிட்டார்கள். இதனால் சோழர் களுக்கும் வடக்கில் எந்தவொரு அச்சமில்லாமல் இருந்தது.

குந்தவையை மணந்த விமலாதித்தன் அடுத்த வேங்கை அரசராக ஆனார். இதனால் சோழர்களின் செல்வாக்கு கோதாவரி ஆறுவரை நீண்டது. தன் பாதுகாப்புக்கு உகந்த நாடாக வேங்கையை எண்ணினார் ராஜராஜன்.

குந்தவைக்கு மகன் பிறந்தான். அவனுக்கு ராஜராஜன் என்று பெயர் சூட்டி மகிழ்ந்தார் குந்தவை. ராஜேந்திரனின் மகளான அம்மாங்கா தேவியைக் குந்தவையின் மகன் ராஜராஜன் திருமணம் செய்தார். இதனால் சோழர்-சாளுக்கியர் உறவு காலம் கடந்தும் ஒற்றுமையாகத் திகழ்ந்தது.

## இலங்கைப் போர்

ராஜராஜனின் பெரிய வெற்றிகளில் ஒன்றாகச் சொல்லப்படுவது, கி.பி. 993க்கு முன்பு அவர் இலங்கை மீது படையெடுத்து வெற்றி கண்டது.

ராஜராஜ சோழனுக்கு முன்னால் தமிழகத்திலிருந்து படையெடுத்துச் சென்று, வென்றவர்கள் உண்டு. கி.மு. 188-177ம் ஆண்டுகளில் இரு தமிழ் மன்னர்கள் இலங்கையின் மன்னர்களாக இருந்திருக்கிறார்கள். எளாரா என்கிற தமிழ் மன்னர், சங்க காலக்கட்டத்தில் இலங்கையை நாற்பது ஆண்டுகள் ஆண்டதாகத் தெரிகிறது. கரிகால சோழன், கயவாகு என்கிற இலங்கை மன்னனுடன் போரிட்டு ஜெயிக்க, பதிலுக்கு அந்த இலங்கை மன்னன், தன் படைகளுடன் தமிழகத்துக்குள் நுழைய, கடைசியில் இருவரும் சமாதான உடன்படிக்கையால் அமைதியாகியிருக்கிறார்கள்.

இப்படி, இலங்கைத் தீவை வென்ற தமிழ் மன்னர்கள் பற்றிய தகவல்கள் அங்கொன்றும் இங்கொன்றுமாக இருந்தாலும் முழு இலங்கைத் தீவையும் ஆண்ட ஒரே மன்னன் என்று யாரும் இல்லை. எல்லோரும் பிராந்திய மன்னர்கள்தாம், சிற்றரசர்கள்தாம்.

இலங்கையில் ஒரு பேரரசு என்று எதுவும் கிடையாது. நிறைய மன்னர்கள். நிறைய யுத்தங்கள். வாரிசு அரசியல்கள். இதனால் இங்கிருந்து இலங்கையை வெல்லப் போன தமிழ் மன்னர்கள் ஏதோவொரு மன்னரை வீழ்த்தி அவருக்குண்டான பிரதேசத்தை மட்டுமே ஆண்டிருக்கிறார்கள்.

ஆனால், இலங்கைத் தீவின் பெரும்பான்மையான பகுதிகளை ஒரு குடையின்கீழ் கொண்டு வந்த முதல் மன்னர் என்று ராஜராஜ சோழனைத்தான் சொல்லவேண்டும். ராஜராஜனுக்கும் ராஜேந்திர சோழனுக்கும் இலங்கை வரலாற்றில் தனி இடம் கிடைத்தது சோழர் களின் வீரத்துக்குக் கிடைத்த சான்று.

ராஜராஜனின் இலங்கைப் படையெடுப்பு திருவாலங்காட்டுச் செப்பேடுகளில் இவ்வாறு பதிவு செய்யப்பட்டுள்ளது.

'குரங்குகளின் துணையுடன் ராமபிரான் ஒரு கடற்பாலத்தைக் கட்டி, பிறகு, கூர்மையான அம்புகளால் மிகவும் சிரமப்பட்டு இலங்கை மன்னனை வதைத்தான். இந்த சோழ மன்னன் ராமனினும் மேம்பட்டவன். இவனுடைய வல்லமை மிக்க படைகள் கப்பல்கள் மூலம் கடலைக் கடந்து இலங்கை மன்னனை அழித்தன.'

போர், யுத்தத்துக்கு என்று ஏராளமான ஆயுதங்கள் உண்டு. பல மன்னர்களும், அவதாரப் புருஷர்களும் எதிரிகளை அழிக்க இறுதியாகப் பயன்படுத்திய பலமான ஆயுதம், மூளை. மூளைக்கு மிஞ்சிய கூர்மையான ஆயுதம் இதுவரைக்கும் உலகில் கண்டுபிடிக்கப்படவில்லை. கண்டுபிடிக்கப் போவதும் இல்லை.

தனக்கும் தன் எதிரிக்கும் இடையேயான போட்டியின் வெற்றியைத் தீர்மானிப்பது ஆட்பலமோ ஆயுதபலமோ அல்ல. அசைக்கமுடியாத மனவுறுதி. மூளையின் உபயத்தால் உருவாகும் சூட்சமம் என்பதை நன்கு புரிந்து வைத்திருந்தார் ராஜராஜன். இலங்கைப் போரின்போது இந்த வலுவான ஆயுதத்தைப் பயன்படுத்தினார்.

கி.பி. 981ல், ஆட்சிக்கு வந்த ஐந்தாம் மகிந்தன், அப்போது இலங்கையின் மன்னராக இருந்தார். திடீரென்று ராணுவப் புரட்சி ஏற்பட்டு, மகிந்தனின் ஆட்சிக்குப் பெரும் ஆபத்து ஏற்பட்டது. என்ன செய்து இலங்கை மன்னனை வீழ்த்தலாம் என்று எதிர்பார்த்துக்கொண்டிருந்த ராஜராஜன், இந்தச் சந்தர்ப்பதைக் பயன்படுத்திக் கொண்டார்.

ஒரு பலமான கடற்படையுடன் ராஜேந்திர சோழனின் தலைமையில் இலங்கை நோக்கி விரைந்தது சோழர் படை. கப்பல்கள், பல பாய்களை விரித்துப் புறப்பட்டன. சோழர்கள், நீராவிக் கப்பல்கள் இல்லாத காலக்கட்டத்தில், பல நூறு மைல்களுக்கு அப்பால் உள்ள தீவுகளைப் பாய்மரக் கப்பல் மூலமாகப் பயணம் சென்று போர் புரிந்தது, இன்றுவரை மிகப்பெரிய சாதனையாகக் கருதப்படுகிறது.

இதுபோன்ற கடல் பயணத்தின்போது, போர் வீரர்கள் உற்சாகமாகப் பாடல்களைப் பாடிக்கொண்டு செல்வார்கள். உற்சாகம், விழிப்பு இரண்டுக்கும் இது உதவும் என்பதால் இது ஒரு நடைமுறையாகவே பின்பற்றப்பட்டது. மிகப்பெரிய கனவுடன் சோழர் படை வட இலங்கைத் துறைமுகத்தில் வந்து இறங்கியது. கடற்படையின் உணவு வசதிகளுக்காகத் தனிக்கப்பல் ஒன்று அவர்கள் பின்னால் வந்துகொண்டிருந்தது. போர் நடக்கும் அத்தனை நாள்களிலும் அவர்களுக்கு

உணவு மற்றும் இதர வசதிகள் செய்து தர தனிக்கப்பல்கள் தினமும் இலங்கை நோக்கி விரைந்தன.

கோபத்தின் உச்சத்தில் இருந்த மகிந்தன், தன் படையைத் துறைமுகம் நோக்கி முடுக்கிவிட்டார். முதல் நாள் மிக வேகத்துடன் போர் புரிந்த இலங்கை வீரர்கள், சோழர்களின் தொடர் தாக்குதலால் நிலைகுலைந்து போனார்கள். ஒரே நாளில் பலர் இறக்கவே, மகிந்தனின் படை பின்வாங்கத் தொடங்கியது. உயிரைக் காத்துக்கொள்வதற்காக மகிந்தன் அந்த இடத்திலிருந்து தப்பி ஓடினார்.

மகிந்தனின் கட்டுப்பாட்டில் இருந்த அநுராதபுரம் அழிந்தது. இந்நகரில் ராணுவக் காவல் நிலையமாகச் செயல்பட்ட பொலன்னறுவை தலைநகரமாகச் சோழர்கள் மாற்றினார்கள். கூடவே, இதன் பெயரையும் ஜனநாத மங்கலம் என்று மாற்றினார்கள். தன்னை ஜனநாதன் என்று கூறிக்கொள்வதில் ராஜராஜன் பெருமை கொண்டதால் ஜனநாத மங்கலம் என்று பெயர். (சோழ நாட்டிலும் சில ஊர்கள் ஜனநாதபுரம் என அழைக்கப்பட்டன.)

இதற்கு முன்னால், இலங்கைக்குப் படையெடுத்துச் சென்ற தமிழ் மன்னர்கள் இலங்கையின் வடபகுதியை மட்டுமே கைப்பற்றினார்கள். ஆனால், ராஜராஜன் ஒரு சிறு பகுதிக்காக இலங்கைமீது போர் தொடுப்பதை விரும்பவில்லை. இலங்கையைத் தமிழர் வாழும் வடக்கு, சிங்களர் ஆளும் தெற்கு என்றெல்லாம் அவர் பிரித்து யோசிக்க வில்லை. அங்கு நிலைமை சாதகமாக இருந்ததால் முழு வீச்சில் போர் தொடுத்து வெற்றி கண்டார்.

இலங்கையில் புலிக்கொடியைப் பறக்க விடுவதற்கு ராஜராஜன், அங்கிருந்த சில தமிழ் மன்னர்களையும் வீழ்த்த வேண்டியிருந்தது. இருபத்து நான்கு வருடங்கள் இலங்கையை ஆண்ட தமிழ் மன்னன் என்று யாருக்கும் கிடைக்காத பெருமை ராஜராஜனுக்குக் கிடைத்தது.

இந்த வெற்றியைக் கொண்டாடும் விதமாகவும் இலங்கையில் தன் அடையாளத்தை நிறுவுவதற்காகவும் அழகிய சிவன் கோயில் ஒன்றை அங்கு கட்டினார், தம்மை சிவபாதசேகரன் என்று சொல்லிக் கொண்ட ராஜராஜன். சோழர் கோயில்களின் வடிவமைப்பில் சுதை, செங்கல் கொண்டு கட்டப்பட்ட இந்தச் சிவன் கோயில் இன்றும் இலங்கையில் உள்ளது. தவிரவும், சோழர் படையைச் சேர்ந்த ஒருவர், மாதோட்டத் தில் இராசராசேச்சரம் என்றொரு சிவன் கோயிலையும் கட்டினார். இப்படி, ராஜராஜன் அங்கு சிவன் கோயில்களைக் கட்டினாரே தவிர, பவுத்தக் கோயில்களையெல்லாம் அடித்து நொறுக்கி மக்களின் மத நம்பிக்கையில் விளையாடவில்லை.

இலங்கை மீது சோழர்கள் படையெடுத்தபோது அனுராதபுரத்தில் உள்ள பவுத்த ஆலயங்கள் மிகுந்த சேதாரத்தை அடைந்தன. ராஜராஜ சோழன் ஒரு பவுத்த விகாரத்தையும், மடாலயத்தையும் சீர் செய்து அதற்கு நிலத்தையும் செல்வத்தையும் அளித்த செய்தியைத் திரிகோண மலை கல்வெட்டு வழியாக அறிந்துகொள்ள முடிகிறது.

இலங்கையில் ஏற்பட்ட சோழர் ஆட்சி தஞ்சாவூரில் எதிரொலிக்க ஆரம்பித்தது. சோழர்களின் ஆலயங்களில் புத்தர் சிலைகள் புதிதாகச் செதுக்கப்பட்டன. சுமத்ராவிலிருந்து வந்த வணிகர்களுக்காக நாகப்பட்டினத்தில் ஒரு பவுத்த விகாரம் கட்டித் தந்தார் ராஜராஜன்.

இலங்கையில் போரிட்டு, சைவ ஆலயங்கள் கட்டினாலும் பவுத்தர் களிடையே சைவ மதத்தைப் பரப்ப ராஜராஜன் சிறு முயற்சி கூட எடுக்க வில்லை. அதை அவர் விரும்பவும் இல்லை. தன் மெய்க்கீர்த்திகளில், புத்த விகாரங்களை உடைத்ததைச் சொல்லிப் பெருமைப் பட்டுக் கொள்ளவில்லை.

இலங்கையை வென்று அங்கு ஒரு சாம்ராஜ்ஜியத்தை உருவாக்குவது மட்டும் ராஜராஜனின் நோக்கமல்ல; போரினால் உறுதியான வணிக – கலாசார உறவுக்குப் பாலம் அமைக்கவேண்டும் என்று கருதினார். இலங்கை, சோழர்களின் வசம் இருந்ததால் அங்கு உற்பத்தியாகும் பொருள்கள் தஞ்சைக்கு அனுப்பப்பட்டன. இலங்கை மக்களின் பண்பாட்டு உறவுகளுக்கு முக்கியத்துவம் அளித்ததால்தான் அவரால் அங்கு நீண்ட காலம் ஆட்சி செய்ய முடிந்தது.

## கலிங்கப் போர்

தென் இந்தியாவிலும் இலங்கையிலும் புலிக்கொடியைப் பறக்கவிட்ட சோழர்களுக்கு, வடக்கே எதிர்ப்பு கிளம்பியபோது கைகளைக் கட்டிக் கொண்டு இருக்கக்கூடாது என்று முடிவெடுத்தார்கள்.

வடக்கிலும் தங்கள் எல்லையைப் பரப்பவேண்டும் என்பது சோழர் களின் கனவாக இருந்தது கிடையாது. அது தங்களுக்குண்டான பிரதேசம் அல்ல என்பதால் ராஜராஜனின் எண்ணமெல்லாம் தமிழகத் தைச் சுற்றியுள்ள நகரங்கள்மீதே இருந்தது. ஆனால், சாளுக்கியப் போரின் விளைவாக அவருக்கு வடக்கே இருந்தும் எதிர்ப்புகள் கிளம்பின.

கோதாவரி ஆற்றின் மறுபுறத்தில் உள்ள நகரம், கலிங்கம் (இன்றைய ஒரிஸ்ஸா). சாளுக்கியர்களின் பகுதிகளைச் சோழர்கள் கைப்பற்றியதால் கலிங்கத்தில் சோழர்களுக்கு எதிரான எதிர்ப்பலைகள் கிளம்பின. கலிங்க நாட்டின் ஒரு பகுதியான மஹேந்திர மலையில், சோழர்களுக்கு

எதிராக சிற்றரசர்கள் கிளம்பியதைத் தொடர்ந்து, அவர்கள் கொட்டத்தை அடக்க வடக்கு நோக்கி விரைந்தது சோழர் படை.

அங்கு, மஹேந்திரகிரி அரசரைக் கொன்ற ராஜேந்திரன், அங்கு இரண்டு வெற்றித்தூண்களை நாட்டினார். ஒன்று தமிழிலும் இன்னொன்று சம்ஸ்கிருதத்திலும் எழுதப்பட்டன. 'விமலாதித்தன் என்கிற குலூத நாட்டு அரசனை ராஜேந்திரன் வென்றான். பிறகு, மஹேந்திரமலை உச்சியில் வெற்றித்தூண் ஒன்றை நாட்டினான்' என்று மஹேந்திர மலையில் ராஜராஜனின் படையின் வெற்றி குறித்த செய்தி பொறிக்கப் பட்டுள்ளது.

## மாலத்தீவைக் கைப்பற்றுதல்

ராஜராஜனின் போர்களில் இறுதியானது, கி.பி. 1013ல் மாலத்தீவைக் கைப்பற்றியது. இன்று, தமிழர்களுக்கு தேன்நிலவுக்கான சொகுசு இடமாகக் காட்சியளிக்கும் இந்தியாவின் தென்மேற்கில் இந்து மகாசமுத்திரத்தில் உள்ள மாலத்தீவு, ஒரு காலத்தில் தமிழர்களின் கைப்பிடிக்குள் இருந்தது என்பதை நினைத்துப்பார்க்கும்போது ராஜராஜ சோழனின் வீரத்தை மெச்சாமல் இருக்கமுடியாது.

இந்தப் போரைப் பற்றிப் பெரிதாக விவரங்கள் இல்லாதுபோனாலும் தன் வலுவான கப்பற்படையை வைத்து மாலத்தீவு முழுவதையும் சுற்றி வளைத்திருக்கிறார் ராஜராஜன். அப்போது மாலத்தீவின் பெயர், முந்நீர்ப்பழந்தீவு பன்னீராயிரம். நாகப்பட்டினம் துறைமுகத்தில் இருந்து கிளம்பிய கிளம்பிய சோழர் படை பாணராஜா, போகதேவன் என்கிற இரு மன்னர்களை மாலத்தீவுகளில் இருந்து விரட்டிவிட்டு சோழர் சாம்ராஜ்ஜியத்தோடு மாலத்தீவையும் இணைத்துக்கொண்டது. (இந்த வெற்றிக்குப் பிறகு, ராஜேந்திரன் ஆட்சிக்காலத்தில் சுமத்ரா, ஜாவா போன்ற துறைமுகங்களும் தாக்கப்பட்டன. சோழர் படையுடன் போரிட முடியாத கடாரத்து அரசர் இறுதியில் சமாதான உடன்படிக்கை செய்துகொண்டார்.)

## போர்களின் விளைவுகள்

கடாரம், சாவகம் போன்ற இடங்களின் வழியாக வணிகம் செய்த சீன வணிகர்களைத் தம் கட்டுக்குள் கொண்டு வரவே வடக்கு நோக்கிச் சோழர்களின் படை கிளம்பி சென்றதாகவும் ஒரு கருத்து உண்டு. ராஜராஜன் இதற்காகத்தான் போர்களில் ஈடுபட்டார் என்று உறுதியாகச் சொல்லமுடியாது. ஆனால், படையெடுப்புகளால் சோழர்களுக்குச் சுலபமான அயல்வணிகம் சாத்தியமானது.

சோழநாடு தன் உற்பத்தியை அதிகரித்தபோது கடல் வணிகம் என்பது கட்டாயமானது. வணிகவழிகள் தங்கள் கட்டுப்பாட்டுக்குள் இருந்தால்

தான் பிரச்னை இல்லாமல் வணிகத்தைப் பெருக்கமுடியும் என்று நம்பினார் ராஜராஜன். சிக்கலில்லாமல் அயல்வணிகத்தில் ஈடுபடவே வேங்கை, கலிங்கப் போர்களில் சோழர்கள் ஈடுபட்டதாக வரலாற்றாசிரியர்கள் கருதுகிறார்கள்.

சீனா, சுமத்ரா, இலங்கை, நிக்கோபார் தீவுகள் போன்ற பகுதிகளிலிருந்து சோழ நாட்டுக்குப் பொருள்கள் கடல் வழியே வந்தன. கும்பகோணம் அருகே திருவலஞ்சுழி என்கிற இடத்தில் அரபுக் குதிரை வாணிபர்களுக்குத் தனிக் குடியிருப்பு இருந்தது. தென்னிந்தியத் துணிகள் பெரிதளவில் (அப்போதே) ஏற்றுமதி செய்யப்பட்டன. சோழர்கள், கடல் கடந்து குடியேற்றங்களை நிகழ்த்தவில்லை. ஆனால், கடல் வாணிபத்தில் அவர்கள் பெரிதளவில் வெற்றி கண்டார்கள்.

ராஜராஜன் ஆட்சியின் இறுதிக் கட்டதில் கடல் வாணிபம் தொடர்பாகச் சீனாவுடன் ஒரு நல்லுறவு ஏற்பட்டது. சீனாவுடன் கடல் வாணிபம் செய்வதற்காகப் பல உயர்ந்த பொருள்களைப் பரிசாக அனுப்பினார் ராஜராஜன். சோழர்கள் அங்கு சென்றிருந்த சமயம் சீன மன்னரின் பிறந்த நாள் என்பதால் கொண்டாட்டத்தில் சோழர்களும் கலந்துகொண்டார்கள். இதனால், சீனாவுடனான கடல் வாணிபம் சீராக அமைந்தது என்று சீன நூல்கள் வழியாகத் தெரிய வருகிறது.

ராஜராஜனின் தொடர் வெற்றிகளான காந்தளூர்ச்சாலை, வேங்கி, கங்கபாடி, நுளம்பபாடி, தடிகைபாடி, குடமலைநாடு, கொல்லம், கலிங்கம், ஈழம், இரட்டபாடி, ஏழரை இலக்கம், முந்நீர்ப் பழந்தீவுகள், உதகை எனப் பெரும்பகுதியை ராஜராஜனின் படைகள் வளைத்த விவரங்கள் அவர் காலத்துக் கல்வெட்டுகளில் நீக்கமற நிறைந்திருக்கின்றன. இவ்வளவு நாடுகளிலும் சோழ நாட்டுப் புலிக்கொடி பறந்திருக்கிறது. காவேரி நதிக்குக் கரையெடுத்த கரிகால சோழன் காலத்தில் கூடப் சோழப் பேரரசு இவ்வளவு பெரிய மகோன்னதத்தை அடைந்தது கிடையாது.

இதுபோன்ற பல்வேறு போர் வெற்றிகளின் வழியாகக் கிடைக்கின்ற செல்வங்களைச் சேமித்து வைக்க மூலரத்ன பண்டாரம் என்கிற அமைப்பை ஏற்படுத்தினார் ராஜராஜன். நவமணிகள், பொன் அணிகலன்கள், முத்து, பவளம் போன்ற உயர்ரக நகைகளைச் சேர்த்து வைக்க அவர் இக்கருவூலத்தை ஏற்படுத்தினார்.

போர்கள் மூலமாக ராஜராஜனுக்குப் பெரிய வெற்றிகள் கிடைத்தாலும், போர்களால் மக்கள் பெரும் பாதிப்புக்கு உள்ளானதும் உண்டு. சாளுக்கியர்களின் கல்வெட்டுகளின்படி, சோழர்களுடனான போரினால் துங்கபத்திரை நதியின் இரு பக்கங்களிலும் உள்ள மக்கள் பெரிதும்

துன்பப்பட்டார்கள். போரின்போது கண்ணியமான நடைமுறைகள் காற்றில் பறக்கவிடப்பட்டன என்றும், பெண்கள் அதிகப் பாதிப்புக்கு உள்ளானார்கள் என்பன போன்ற விவரங்களும் தெரிய வருகின்றன.

அதேசமயம், வெளிநாட்டு படையெடுப்புகளின் மூலம் நிறைய பொன்னும் பொருளும் கிடைத்தன. போரினால் கிடைக்கப்பெற்ற பொன்னும் பொருளும் மக்களுக்குத் தானமாகக் கொடுக்கப்பட்டிருக் கின்றன. தனது 6-வது ஆட்சியாண்டில் சீப்புலி, பாகி ஆகிய பகுதிகளைக் கைப்பற்றிய ராஜராஜன், அங்கு கிடைத்த தொள்ளாயிரம் ஆடுகளைக் காஞ்சிபுரத்தில் உள்ள துர்கையம்மன் கோயிலுக்குத் தானமாகக் கொடுத்தார்.

# 6

## கலாரசிகனின் கலைக்கோயில்

**பல்லவர்** காலத்தில் கட்டுமானம் என்கிற அளவில்
இருந்த கோயில் கட்டும் பணி, சோழர் காலத்தில் இயக்க
மாக மாறியது. ஆகச் சிறந்த உதாரணம், பெரிய கோயில்.

பக்தி என்பது அக்கால மக்களின் வாழ்வில் இரண்டறக்
கலந்திருந்தது. கோயில்கள், புராணம் சார்ந்து இருந்தன.
பக்தியைத் தங்கள் வாழ்வின் சித்தாந்தமாக மக்கள்
ஏற்றுக்கொண்டார்கள். தெய்வ உருவங்கள் வழியாக ஓர்
அரசன் தன் ஆதிக்கத்தை நிலைநிறுத்தினான்.

ராஜராஜ சோழன், தஞ்சையில் 'ராஜராஜீஸ்வரம்' என்ற
பெயரில் பெருங்கோயில் ஒன்றை எழுப்புவதற்கு அடிப்
படையாக இருந்தது ஆன்மிகத் தேடலா அல்லது அரசியல்
கண்ணோட்டமா என்கிற கேள்வி எழுந்தால் அரசியல்
கண்ணோட்டம்தான் என்கிற விடைதான் கிடைக்கிறது.
பெரிய கோயிலை ஓர் இறைவழிபாட்டுக் கூடமாக
மட்டும் ராஜராஜன் பார்க்கவில்லை. வெறும் இறை
உணர்வுக்காக அவர் பெரிய கோயிலை எழுப்பவில்லை.
அவர் கணக்கு வேறாக இருந்தது.

பெரிய கோயில், நம்மைப் பொறுத்தவரை ஒரு கண்கவர்
சிவாலயம்; ஆனால், இக்கோயிலை ஒரு வழிபாட்டுத்

தலமாக மட்டுமில்லாமல், ஒட்டுமொத்த சோழ மண்டலத்தின் பங்களிப்புடைய நிர்வாகக் கேந்திரமாக செயல்படுத்தச் செய்துள்ளார் ராஜராஜன். பெரிய கோயில் பொது இடமாக இருந்ததில் ராஜராஜன் அரசுக்கு ஒரு லாபமும் இருந்தது. அரசின் செயல்பாடுகள், அறி விப்புகள், கொடை, ஆட்சிமுறை, வரி விஷயங்கள் போன்றவை கோயில்களில் உள்ள கல்லில் வெட்டி வைக்கப்பட்டன.

தமிழ்ப் பண்பாடு, கலைத் திறமை போன்றவற்றை நாடு அறியவும் வேற்று மொழிக் கலாசாரம் உட்புகுவதைத் தடுக்கவும், சோழ மக்களைக் காக்கவும் ராஜராஜன் இக்கோயிலைப் பயன்படுத்திக் கொண்டார். சோழர் காலத்து இலக்கியம், அரசியல், வாழ்வியல் முறைகள், பொருளாதாரம், கலைகளின் வளர்ச்சி போன்றவற்றை பெரிய கோயில் வழியாகவே அறியமுடிகிறது.

மகேந்திர வர்ம பல்லவன், இயற்கையால் அழிந்துவிடக்கூடிய செங்கல், மரம், சுதை மற்றும் உலோகங்களைக் கொண்டு கோயில் கட்டாமல் கருங்கற்களைக் குடைந்து நான்முகன், சிவன், திருமால் ஆகிய தெய்வங்களுக்குக் கோயில் கட்டினார். 'இதற்கு முன் கோயில் கட்ட உபயோகித்த மரமில்லாமல், சுதையில்லாமல், செங்கல் இல்லாமல், உலோகமில்லாமல் மும்மூர்த்திகளுக்கு ஒரு கோயில் கட்டியிருக்கிறேன்' என்று விழுப்புரம் மண்டகப்பட்டு இலக்சிதன் குடைவரைக் கோயிலில் கல்வெட்டு செதுக்கினார். காலவெள்ளத்தில் அடித்துச் செல்லப்பட்ட கோயில்கள் மத்தியில் மாமல்லபுரக் கோயில்கள் இன்றும் வலுவோடு நின்றுகொண்டிருக்கின்றன.

அடுத்து வந்த ராஜசிம்மர், மலைகளைக் குடையாமல் ஒற்றைக் கல்லைக் கொண்டு கோயில்கள் கட்டினார். குடைவரைக் கோயில் களின் பரிணாம வளர்ச்சியாக அவை இருந்தன. சோழ மன்னரான முதலாம் ஆதித்தர், மலையோ கல்லோ இருக்குமிடத்தில்தான் கோயில் கட்டவேண்டுமென்பதில்லை, தேவையான இடத்தில் கற்களைக் கொண்டுவந்து கோயிலைக் கட்டலாம் என்கிற அடுத்தக் கட்ட வளர்ச்சிக்கு வித்திட்டார். இவருடைய இந்த யோசனைதான் இராஜராஜீஸ்வரம் (பெரிய கோயில்), கங்கை கொண்ட சோழபுரம், தாராசுரம், திருபுவனம் போன்ற பிற்காலச் சோழர் காலக் கோயில் களுக்கு அடிப்படையாக அமைந்தது.

சோழர் காலக் கோயில்கள், இரண்டு கட்டங்கள் கொண்டவை. கி.பி. 985 வரையிலானது முதல் கட்டம். இக்காலக்கட்டத்தில் பல்லவர் களின் கோயில்கள், சோழர் கோயில்களுக்கு மாதிரியாக இருந்தன. அவற்றைப் பின்பற்றி சிறிய சிவன் கோயில்கள் ஏராளமாக உருவாயின. கருவறைமீது சிறிய கோபுரமும் முன்பக்கம் ஓர் அர்த்தமண்டபமும்

கொண்ட கற்கோயில்கள் அவை. இக்காலக் கட்டத்துக் கோயில்களில் தஞ்சை நிதம்பசூதனி கோயிலும், திருவெள்ளறை திருமாணிக்கப் பெருமாள் கோயிலும், நார்த்தாமலை விஜயாலய சோழீஸ்வரமும் முக்கியமானவை.

அடுத்தக் கட்டம், ராஜராஜன் காலம் முதல் ஆரம்பிக்கிறது. இந்தக் காலக்கட்டங்களில் சோழர்களின் கோயில்கட்டும் கலை, உச்சத்தை அடைந்தது. பல்லவர்கள் விட்ட இடத்திலிருந்து சோழர்களின் கலைப் பாணி தொடங்கியது. சோழர்கள், செங்கற்றளிகளை கற்றளிகளாக ஆக்கினார்கள் (கற்றளிகள் என்றால் கற்கோயில்). சோழர் கோயில்கள் விரிவான சுற்றுமதில், வெளிப்பிரகாரங்கள், துணைச்சன்னிதிகள் ஆகியவற்றுடன் அமைந்தவை. பெரிய கோயிலும் கங்கைகொண்ட சோழபுரம், தாராசுரம் கோயிலும் சோழர் காலக் கலைஞர்களின் தீராத கலைத்தாகத்துக்கு விருந்தாக அமைந்தன. மூன்று கோயில்களும் ஒன்றில் இருந்து ஒன்று உருவானவைதான்.

பெரிய கோயிலைக் கட்ட வேண்டும் என்கிற எண்ணம் ராஜராஜனுக்கு எப்படி தோன்றியிருக்கும்? எந்தக் கோயில் இதற்கு ஊக்கமாக இருந் திருக்கும்?

பல்லவர் காலக் கலைக்கூடம் என்று பாராட்டப்படும் காஞ்சிபுரம் இராஜசிம்மேசுவரம் அதாவது இன்று கையிலாசநாதர் கோயில் என்றழைக்கப்படும் அக்கோயிலைப் பார்த்து வியந்த ராஜராஜன், தன் சோழ மண்ணில் இப்படியொரு கோயிலைக் கட்டவேண்டும் என்று பெரும் கனவு கண்டார். அதுதான் பெரிய கோயிலாக மலர்ந்தது. (இராஜசிம்மேசுவரம் பார்த்து வியந்த ராஜராஜன் அதற்கு'கச்சிப் பேட்டுப் பெரிய திருக்கற்றளி' என்று பாராட்டியுள்ளார்.) பல்லவர் களின் கலைத்திறன் சாதனையைக் கண்டு பொறாமைப்பட்டு அடுத்த வினாடியே இராஜசிம்மேசுவரத்தை தரை மட்டமாக்காமல் அதை விடவும் ஒரு சிறந்த கோயிலைக் எழுப்பிக் காட்டவேண்டும் என்று எண்ணியதில் அந்தக் கால மன்னர்களிடமிருந்து ராஜராஜன் தனித்து நிற்கிறார்.

பெரிய கோயில் எப்படி கட்டப்படவேண்டும் என்று ராஜராஜன் தன் மந்திரிகளுடன் ஆலோசனை செய்தார். நிச்சயம் இக்கோயிலைக் கட்டப் பல ஆயிரம் மக்கள் தேவைப்படும் என்கிற கேள்வி எழுப்பப் பட்டபோது. 'நம் மண்ணில் தான் திறமைக்குக் குறைவில்லாமல் சிற்பிகளும் ஓவியர்களும் இருக்கிறார்களே! நிச்சயம் செய்து காட்ட முடியும்' என்று ராஜராஜன் தன் கலைஞர்கள்மீது அதிக நம்பிக்கை வைத்துப் பேசினார். கட்டடக் கலை, ஓவியக்கலை, சிற்பக் கலை இந்த மூன்றின் உதவியோடு கட்டப்படுகிற கோயில் உச்சபட்ச சாதனையை

பெரிய கோயில்

நிகழ்த்திக் காட்டவேண்டும் என்று ராஜராஜன் ஆசைப்பட்டபோது பாணர் சொன்னார் - 'இந்தக் கோயில் ஆயிரம் ஆண்டுகள் கழித்தும் பேசப்படும். பல ஆயிரம் ஆண்டுகள் நிலைத்து நிற்கும். சோழப் பேரரசின் அழியாத புகழைப் போல.'

ஆற்றங்கரை நாகரிகத்தின் வரலாற்றுப் பதிவான பெரிய கோயிலின் கட்டுமானப் பணி, 1006ல் தொடங்கியது.

தஞ்சாவூர்ப் பகுதி முழுவதும் ஆறுகள், வாய்க்கால்கள், வயல்வெளிகள் எனப் பாறைகளே இல்லாத சமவெளிப் பிரதேசம். மலைகளே இல்லாத, கற்களே கிடைக்காத காவிரி சமவெளிப் பகுதியில் அறுபது, எண்பது கி.மீ தொலைவில் இருந்து கற்களைக் கொண்டுவந்து கோயில் எழுப்பப்பட்டு உள்ளது. கோயில் கட்டுமானத்தில் சுடு செங்கல் இல்லை. மரம் இல்லை. சொறிகல் என்ற பூராங்கல் இல்லை. மொத்தமும் கருங்கல். தரை கெட்டியாக உள்ள செம்மண் பிரதேசத்தில், பெரியப் பெரிய கற்பாறைகளைக் கொண்டுவந்து இக்கோயிலைக் கட்டியது, ராஜராஜன் காலத்தின் பொறியியல் திறமைக்குச் சான்று.

கற்கள் கொண்டுவரப்பட்ட இடங்களிலிருந்து மண்ணியல் ரீதியான ஆய்வுகள் நடத்தப்பட்டுள்ளன. திருச்சியின் மானமலையிலிருந்தும், புதுக்கோட்டையை அடுத்த குன்னாண்டார் கோயில் பகுதியிலிருந்தும் உறுதியான கற்கள் கொண்டுவரப்பட்டிருக்கின்றன. பச்சை மலையிலிருந்து பெரிய சிலைகளுக்கான கற்கள் கொண்டுவரப்பட்டன. பெரிய லிங்கத்துக்கான கல் திருவக்கரையிலிருந்து வரவழைக்கப்பட்டது.

மலைகளோ, கற்பாறைகளோ இல்லாத தஞ்சை பூமியில் ஏறத்தாழ இரண்டு லட்சம் டன் எடையுள்ள கற்களைக் கொண்டு 216 அடி உயரமுடைய ஒரு மலையாகவே தஞ்சைப் பெரிய கோயிலை வடித்துள்ளார் ராஜராஜன்.

பெரிய கோயிலைக் கட்டுவதற்கு முன்பு, சில சமய நெறிமுறைகள் கடைபிடிக்கப்பட்டன. திசை, வாஸ்து எல்லாம் பார்த்துத் திருக்கோயில் எழும்ப வேண்டிய இடம் முதலில் தேர்வு செய்யப்பட்டது. தேர்ந்தெடுத்த இடத்தை அசுத்தங்கள் இல்லாமல் சுத்தமாக்கி, யானைகளைக் கொண்டு நடக்கச் செய்து மண்ணைக் கெட்டிப் படுத்தினார்கள். கோயில் கட்டப்பட்ட காலத்தில் பசுக்களைப் பல வருடங்களுக்கு கட்டிவைத்து அந்தப் பசுக்களின் கோமியம் மற்றும் சாணம் பெரிய கோயில் கட்டப்பட்ட இடத்தில் பல பகுதிகளிலும் விழுமாறு செய்து அந்த இடத்தைப் பவித்திரமாக்கி தோஷங்களை நீக்கியிருக்கிறார்கள்.

இந்தத் தோஷ காரியங்கள் எல்லாம் முடிந்தபிறகு, இன்று கடைக்கால் நடுவதற்கு முன்னால் நிலத்தைக் கோடுகளால் பிரிப்பதுபோல,

அப்போதும் கிட்டத்தட்ட இதே நடைமுறை பின்பற்றப்பட்டது. கோயில் கட்டப்போகும் முழு இடத்தையும் குறிப்பிட்ட அளவுடைய கட்டங்களாகப் பிரித்து, அதில் ஒவ்வொரு கட்டத்தையும் காப்பதற்கு ஒரு தேவதையை வழிபட்டிருக்கிறார்கள். அதற்கு பதவிந்யாசம் என்று பெயர். இந்தத் தேவதைகளில் அஷ்டதிக் பாலகர்கள் (எண்திசைக் காவலர்) மிக முக்கியமானவர்கள். சரி, அந்தக் கோடுகளை எப்படி வரைந்திருப்பார்கள்? அங்கே தான் சோழர் கால சுவாரசியத்தை உள்ளே கொண்டுவருகிறார்கள்.

கட்டட வளாகம் முழுக்க தரையில் நெல்லைப் பரப்பி அதில்தான் கட்டம் வரையப்பட்டது. அதாவது, நெற்பரப்பையே கோயிலாக நாம் எண்ணிக்கொள்ளவேண்டும். கட்டங்கள் வரைந்த பிறகு, பூஜை நடைபெற்றுக் கட்டுமான வேலைகள் ஆரம்பமாயின.

இன்று, நவீனக் கட்டடங்கள் எல்லாம் நிலநடுக்கத்தால் பாதிக்கப்படும் போது பெரிய கோயில் இன்றுவரை ஜம்மென்று இருக்கிறது. 1342ல், தமிழகத்தில் மிகப்பெரிய நிலநடுக்கம் ஏற்பட்டது. அப்போது, தமிழகத்தில் இருந்த பல கட்டடங்கள் அதனால் பாதிப்புக்குள்ளாகின. ஆனால், 1342ல் மட்டுமல்ல, அதன்பிறகு, தஞ்சாவூரில் ஏற்பட்ட பத்துக்கும் மேற்பட்ட நிலநடுக்கங்களையும் எதிர்கொண்டு அதே பலத்துடன் வலுவாக நின்றுகொண்டிருக்கிறது பெரிய கோயில். 1000 ஆண்டுகளாகப் பூமியின் அதிர்வுகளைத் தாங்கி நிற்கிறது.

சரியான அளவு கொண்ட கற்களை, ஒவ்வொரு அடுக்கிலும் நான்கு கற்கள் என்ற கணக்கில் அடுக்கிக் கொண்டே போய், பாறையில் எப்போது விரிசல்கள் விழுகின்றன என்பதைக் கவனித்து, அதற்குப் பிறகே கடைக்காலின் அளவுகள் தீர்மானிக்கப்பட்டிருக்கின்றன. அதாவது, ஆயிரம் ஆண்டுகளுக்கு முன்பே பாறையின் தாங்கு திறனைச் சோதித்துப் பார்த்தும், பாறையின் மேல் வரும் அழுத்தம் குறித்த சோதனைகளும் நடைபெற்றுள்ளன. சுவர்கள், ஒரே அமைப்பாகப் பூகம்பத்தைத் தாங்கும் அளவுக்கு வலுவான அடித்தளங்களோடு அமைந்ததால் இதுவரை எவ்வித நிலநடுக்கத்தாலும் பெரிய கோயிலுக்கு எந்தவிதப் பாதிப்பும் நேரவில்லை. அப்படிப்பட்ட ஒரு நேர்த்தியான, காலத்தையும் தாங்கி நிற்கும் கட்டுமானம்.

பெரிய கோயிலின் ஸ்ரீவிமானத்தைப் (கோபுரம்) பார்க்கிற எல்லோருக்கும் ஒரு கேள்வி எழும். விமானக் கட்டுமான வேலையின்போது, கற்களை எப்படி மேலே கொண்டு போயிருப்பார்கள்? பாரம்தூக்கிகள் இல்லாத ஒரு காலத்தில் சுமார் 60 மீட்டர் உயரக் கோபுரம் எவ்வாறு கட்டப்பட்டது?

சாரங்கள் மூலமாகக் கொண்டு செல்லப்பட்டது என்றால் கோபுரத்தில் மேலே செல்லச் செல்ல உட்பகுதியில் அளவு குறைந்துகொண்டே வரும். இதில் சாரம் அமைத்து வேலை செய்யமுடியாது. இந்தப் பிரச்னைக்கு மாற்று வழி கண்டுபிடிக்கப்பட்டது. கோபுரத்தின் உட்பகுதியைக் கடினமான மணல் கொண்டு நிரப்பினார்கள். அதில் ஏறிக்கொண்டு கட்டுமான வேலைகள் நடைபெற்றுள்ளன. உச்சி விமானக் கற்கள் அமைக்கப்பட்ட பிறகு, உள்ளே குவிக்கப்பட்ட எல்லா மணலையும் நீக்கியுள்ளார்கள்.

இது எப்படி நமக்குத் தெரிந்ததென்றால், நீக்கப்பட்ட மணலின் தடயங்களைத் தொல்பொருள் ஆய்வுத்துறையினர் கண்டுபிடித்ததால் இந்த நுட்பம் அறியப்பட்டது. அதேபோல, ஒரு கல்லுக்கும் அடுத்தக் கல்லுக்கும் இடையே சுண்ணாம்புக்காரைப் போன்று எந்தப் பொருளையும் வைக்காமல் கட்டியிருப்பதும் உண்மையிலேயே வியக்கத் தக்கது.

பெரிய கோயில், இராஜராஜீஸ்வரம் (அல்லது இராஜராஜேச்சரம்), பெருவுடையார் என்கிற பெயர்கள் இந்தக் கோயிலுக்கு உண்டு. கல்வெட்டுகளில் பிரகதீஸ்வரர், பெருவுடையார், பெரிய கோயில் என்கிற குறிப்புகள் இல்லை. இராஜராஜீஸ்வரம் என்றே கல்வெட்டுகளில் பொறிக்கப்பட்டுள்ளது.

பெரிய கோயில், 'ப்ருஹத் ஈஸ்வரம்' என்கிற வடமொழிப் பெயரால் 'பிரஹதீஸ்வரம்' என்றும், பெரிய லிங்கத்திருமேனி உள்ளதால் 'பிரஹதீஸ்வரர் ஆலயம்' என்றும் அழைக்கப்பட்டது. தமிழில் பெரு உடையார். தென்னாட்டுக் கோயில்களில் மிக உயர்ந்த விமானத்தை உடையதால் பொதுமக்களால் 'பெரியகோயில்' என்று அழைக்கப் படுகிறது. இக்கோயிலின் ஸ்ரீவிமானத்துக்கு 'தக்ஷிணமேரு' என்று பெயர்.

கடந்த இரு நூற்றாண்டுகளுக்கு முன்பு வரை, பெரிய கோயில் பற்றிப் பல தவறான தகவல்கள் தமிழர்களிடையே பரப்பப்பட்டன. 'கிருமி கண்ட சோழன் என்ற கரிகாலனால் கட்டப்பட்டது. அவர், இக் கோயிலைக்கட்டி, சிவகங்கை குளத்தில் குளித்து, தனது குஷ்ட நோய் நீங்கப் பெற்றார்' என ஒரு கல்வெட்டு கூறுகிறது என்றார்கள் சிலர். 'காடு வெட்டி சோழனால் கட்டப்பட்ட கோயில் இது' என்றொரு செய்தியும் சொல்லப்பட்டது. இவைதான் உண்மையான தகவல்கள் என்று மக்கள் நம்பத் தொடங்கியபோது, நல்லவேளையாக உண்மையான வரலாறு வெளியே வந்தது.

தமிழ்நாட்டிலுள்ள பல கோயில்களுக்கு நம்மிடத்தில் சரியான வரலாறு கிடையாது. தலப் புராணங்கள் என்ற பெயரில் உருவாக்கப்பட்ட புனைக் கதைகளே பெரும்பாலான கோயில்களின் வரலாறாக உள்ளது.

ஆனால், பெரிய கோயில் ஒரு விதிவிலக்கு. இந்தக் கோயிலின் உருவாக்கத்தில் தொடங்கி, ராஜராஜனின் அரசு நிர்வாகம் வரை சோழர் ஆட்சி தொடர்புடைய ஏராளமான தகவல்கள் கல்வெட்டுகளில் வெட்டப்பட்டுள்ளன. இந்தக் கல்வெட்டுகள்தான் பெரிய கோயிலின் புதிரை அவிழ்த்தன.

1886ல், சென்னை அரசாங்கம் ஜெர்மன் நாட்டு கல்வெட்டு ஆராய்ச்சி யாளரைக் கொண்டு பெரிய கோயில் குறித்து ஆய்வு செய்தது. அப்போது கிடைத்த ஒரு கல்வெட்டுச் செய்தியில், 'பாண்டிய குலாசனி வளநாட்டுத் தஞ்சாவூர்க் கூற்றத்துத் தஞ்சாவூர் நாம் எழுப்பிச்ச திருக்கற்றளி ஸ்ரீராஜராஜீஸ்வரம்' என இருந்தது கண்டுபிடிக்கப்பட்டது.

இதன் மூலம், ராஜராஜ சோழன்தான் பெரிய கோயிலைக் கட்டினார் என்பது சந்தேகத்துக்கிடமில்லாமல் உறுதிப்படுத்தப்பட்டது. 1892ல் வெளியான 'தென்னிந்திய கல்வெட்டுக்கள்' என்னும் நூலில், இக்கோயில் ராஜராஜனால் கட்டப்பட்டதுதான் என்று அழுத்தமாகப் பதிவு செய்யப்பட்டது.

இப்படியொரு பிரம்மாண்ட படைப்பைக் கட்டி எழுப்பிய தலைமைச் சிற்பி, குஞ்சரமல்லன். இவருக்குத் துணையாக வேலை பார்த்த இதர சிற்பிகளின் அனைவர் பெயர்களும் கல்வெட்டுகளில் பொறிக்கப் பட்டுள்ளன. ஆலய ஊழியத்துக்காக 4 பண்டாரிகளும், 170 மாணி களும், 6 கணக்கர்களும், 12 கீழ்கணக்கர்களும் பணியில் அமர்த்தப் பட்டார்கள். சிலர் நிரந்தர ஊழியர்கள். மற்றவர்கள் சுழற்சி முறையில் பணியில் அமர்த்தப்பட்டார்கள்.

பெரிய கோயில் பண்டாரங்களில் சோழ மண்டல மக்களுக்குச் சொந்தமான விலை உயர்ந்த பொருள்கள் குவிக்கப்பட்டிருந்ததால், 118 ஊர்களிலிருந்து மெய்க்காவலர்கள் நியமிக்கப்பட்டார்கள். கோயில் பயன்பாட்டுகளுக்காக அயல்நாடுகளிலிருந்து பொருள்கள் இறக்குமதி செய்யப்பட்டன. தினந்தோறும் வழிபாட்டுக்குப் பயன்படும் கற்பூரம், சுமத்ரா தீவிலிருந்து கொண்டு வரப்பட்டது.

பண்டைய தமிழர்கள் பிரதானமாகப் போற்றி வளர்த்த கலைகள் - கட்டடக்கலை, சிற்பக்கலை, ஓவியக்கலை, இசை மற்றும் நடனக் கலைகள். இந்த அத்தனை கலைகளையும் ஒருங்கிணைத்த கோயிலாகப் பெரிய கோயில் திகழ்ந்தது. ஒப்புயர்வற்ற கலைஞர்கள், அக்கலைஞர் களைப் போற்றி வளர்த்த அரசர்கள், கலைகளையும் கலைஞர்களையும் கொண்டாடிய பொதுமக்கள் என்று கலையின் வளர்ச்சியில் சோழர் சமூகத்தினருக்குப் பங்கிருந்தது.

பெரிய கோயிலின் கட்டுமானப் பணி, கி.பி. 1010ல் அதாவது ராஜராஜன் ஆட்சிக்கு வந்த 25ம் ஆண்டின் 275ம் நாளில் கட்டி முடிக்கப் பட்டு, குடமுழுக்கு நடத்தப்பட்டது. ஞானிகளின் ஞானக் கண்களால் காணப்பட்ட கைலிலங்கிரியைத் தூலக் கண்களாலும் பக்தர்கள் காண வேண்டும் என்பதற்காக ராஜராஜன் எடுத்த ஒரு முயற்சி, பெரிய கோயில்.

ராஜராஜனின் மேற்பார்வையில் உருவான பெரிய கோயிலின் கட்டுமானம் எப்படி அமைந்தது? பெரிய கோயிலில் எப்படிப்பட்ட கலாசாரக் கொண்டாட்டங்களும் வியக்கும்படியான சிற்பங்களும் அமைந்தன? பார்ப்போம்.

**கல்வெட்டுகள்**

ஓர் அரசின் நிர்வாகம் சரியாக இருக்குமானால் ஆவணங்களும் சரியாக இருக்கும். இதற்கு உதாரணம், ராஜராஜன் காலத்துக் கல்வெட்டுகள். ராஜராஜன் காலத்து சமூக, சமய, இலக்கிய, நிர்வாகச் செயல்பாடுகள் பற்றி அறிந்துகொள்ளப் பெரிய கோயில் கல்வெட்டுகள்தான் உதவி செய்கின்றன.

வரலாற்றில் பெரிய கோயில் பற்றிய விவரங்களும் தன் ஆட்சி குறித்த தகவல்களும் இடம் பெறவேண்டும் என்பதில் முனைப்பாக இருந்திருக் கிறார் ராஜராஜன். பெரிய கோயிலில் தேவாரப் பாடல்கள் பாடிய 48 ஓதுவார்களுக்கும், உடுக்கை, கொட்டி மத்தளம் வாசிப்போர் இரு வருக்கும் ஆக 50 பேருக்குக் கொடுக்கப்பட்ட நிவந்தங்கள் பற்றிய செய்தி களும் பெரிய கோயில் கல்வெட்டுக்களில் பொறிக்கப்பட்டுள்ளன.

இப்படிக் கோயில் கட்டுமான வேலைகளிலிருந்து அதன் ஒவ்வொரு நாள் நடவடிக்கைகளையும் கல்வெட்டில் பதித்துவிட வேண்டும் என்கிற கவனம் ராஜராஜனிடம் மிக அதிகமாகவே இருந்திருக்கிறது.

பெரிய கோயிலில் உள்ள கல்வெட்டுகளிலேயே அதிகக் கவனம் பெற்ற கல்வெட்டு இது:

> 'ஸ்ர் ராஜராஜீஸ்வரமுடையார்க்கு நாங்குடுத்தநவும் அக்கன் குடுத்தநவும் நம் பெண்டுகள் குடுத்தநவும் மற்றும் குடுத்தார் குடுத்தநவும்.'

அக்கன் என்ற சொல் அக்கா (தமக்கை) என்பதைக் குறிக்கும். பெண்டுகள் என்றால் அவருடைய மனைவியர், திருமஞ்சனச் சாலை என்பது நீராடும் இடம். ராஜராஜன், நீராடுமிடத்தில் கூறியதைக் கல்வெட்டில் பொறித்திருக்கிறார்கள். அப்படி என்ன சொல்கிறார் ராஜராஜன்?

ஸ்ர் ராஜராஜீஸ்வரமுடையார்க்கு, அதாவது தஞ்சை கோயிலில் இருக்கும் ஈஸ்வரனுக்கு, அவர் கொடுத்ததையும், அவருடைய அக்கா (குந்தவை) கொடுத்ததையும், அவருடைய மனைவியர் கொடுத்த தையும் மற்றும் யார் யார் என்னென்ன கொடுத்தார்கள் என்பதையும் கல்வெட்டில் பொறிக்க வேண்டும் என்று தன் பணியாளர்களுக்கு ஆணையிட்டுள்ளார்.

ராஜராஜன் தன் அக்காமீது எத்தனை பாசம் வைத்திருக்கிறார் என்ப தையும் புரிந்து கொள்ளலாம். அக்கன் குடுத்தனவும் நம் பெண்டுகள் குடுத்தனவும் என்று கூறும் பொழுது, அக்காள்தான் முதன்மையாக இருக்கிறார். தம் குடும்பத்தினர் தானம் கொடுப்பது மட்டுமல்ல, யார் என்ன கொடுத்தாலும் அதைக் கோயிலின் கல்வெட்டுகளில் பொறிக்கப்படவேண்டும் என்கிறார் ராஜராஜன்.

இதில் இரண்டு விஷயங்கள். ஒன்று, எல்லோரையும் சமமாக நடத்துவது. அரசர் குலத்தவர் கொடுப்பதை மட்டும் கல்வெட்டில் பொறித்துவிட்டு, சாதாரண மக்கள் கொடுப்பதை உதாசீனம் செய்ய வேண்டும் என்று அவர் நினைக்கவில்லை. மேலும், கொடுக்கும் பொருளின் அளவுகளைப் பார்க்கத் தேவையில்லை. கொடுப்பவர்கள் எவ்வளவு கொடுக்கிறார்களோ, அவற்றையெல்லாம் கல்லிலே வெட்ட வேண்டும் என்று கூறுவது அவருடைய பெருந்தன்மையை வெளிப் படுத்துவதாகவே உள்ளது.

மற்ற கோயில்களில் நிவந்தம் (தானம்) செய்பவர்களின் பெயர்கள் மட்டுமே இடம்பெற்றிருக்கும். ஆனால், ராஜராஜன் காலத்துக் கோயில் களில்தான் கோயில் கட்டுமானப் பணிகளில் ஈடுபட்ட அத்தனை பேரின் பெயரையும் கல்வெட்டில் இடம்பெறச் செய்து, சாதாரணர் என்று கருதப்பட்ட பலரையும் சரித்திரத்தில் இடம்பெறச் செய்தார் ராஜராஜன்.

வேதம் ஓதிய சட்டர்கள், பெருந்தச்சர்கள், ஆடல்மகளிர், அவர்களின் தலைவியராக விளங்கிய தலைக்கோல் மகளிர், ஆடல் மகளிருக்கு ஆடல் நட்டுவனார், பக்திப் பாடலிசைத்த பிடாரர்கள், பல்வேறு இசைக்கருவிகளில் வித்தகர்களாக விளங்கிய வாத்திய மாராயர்கள், சண்டீசப் பெருமானின் பெயரில் கோயில் சொத்துக்களை வாங்கி விற்று அதைக் கணக்கெழுதிய கணக்கர்கள், அரிசி, பருப்பு, நெய்யிலிருந்து வாழைத்தார் போன்ற அத்தனை பொருள்களையும் பல்வேறு ஊர்களிலிருந்து கொண்டு வந்த விவசாயப் பெருமக்கள், நிவந்தங்கள் அளித்த வணிகர்கள், கோயிலுக்குக் காவல் காத்த காவல் வீரர்கள் என்று ஒரு பெரிய கலைஞர் கூட்டமும் இதர கோயில் நிர்வாகத்தினரும் மன்னருக்கு இணையாகக் கல்வெட்டுகளில் இடம்பெற்றுள்ளதை வேறு எங்கு காணமுடியும்?

தஞ்சை கோயிலைக் கட்டிய தலைமை சிற்பிக்கும், 1600 பணியாளர்களுக்கும் அவர்களுக்குக் கீழ்நிலை பணியாளராக இருந்த ஒரு சிகை அலங்காரத் தொழிலாளிக்கும் 'ராஜராஜன்' என்கிற தன் பெயரையே பட்டமாக அளித்து, அவர்கள் பெயர்களைக் கல்வெட்டில் பொறித்தார் ராஜராஜன். அவருடைய விசால மனத்துக்கு இதைவிடவும் ஒரு சான்று தேவையில்லை.

**ஸ்ரீவிமானம் (கோபுரம்)**

கல்லில் பெரிய விமானம் எழுப்புவது மட்டுமல்ல, அது கட்டுமான உறுதியோடு இருக்கவேண்டும் என்பதில் கட்டடக் கலைஞர்கள் அதிகக் கவனத்துடன் இருந்திருக்கிறார்கள்.

கருவறையில் உள்ள சிவலிங்கம், மிகப் பெரிய சிவலிங்கங்களில் ஒன்று. ஆறடி உயரமும் 54 அடி சுற்றளவும் கொண்ட ஆவுடையார், 13 அடி உயரமும் 23 அரை அடி சுற்றளவும் உள்ள லிங்கம். அது, தனித்தனிக் கருங்கற்களினால் செதுக்கப்பட்டுப் பின்பு இணைக்கப்பட்டுள்ளது.

சிவலிங்கத்துக்கு மேலே உள்ள பிற்காலத்தில் அமைக்கப்பட்ட விதானம் மரத்தாலானது. விமானம் உட்புறம் கூடாக அமைந்திருப்பதால் இருண்ட பகுதிக்குள் வெளவால்கள் அடைந்துகொண்டு லிங்கத்தின் மேல் அசிங்கம் செய்துவந்த காரணத்தால் இப்போது மர அடைப்பு வசதி செய்யப்பட்டுள்ளது. அதனைச் சுற்றி நான்கு புறமும் வாயில்களுடனும் ஓர் சுற்று அறையுடனும் திகழ்கின்றது.

உள்அறையின் நான்கு சுவர்களும் 11 அடி அகலக் கருங்கல் சுவர் கொண்டது. இதை அடுத்து ஆறடி அகலத்தில் சுற்று அறை உள்ளது. இதைச் சுற்றி இருக்கும் வெளிச்சுவர் 13 அடி அகலமுடையது. கனமான கட்டுமானங்களைத் தாங்குவதற்காக அடிப்பீடம் இரண்டு அடுக்குகளாகக் கட்டப்பட்டுள்ளது. இந்தக் கனம்தான் உட்கூடு உடைய விமானத்தைத் தாங்கி நிற்கிறது.

இக்கோயிலைப் பாரம்பரியச் சின்னமாக யுனெஸ்கோ அறிவித்ததற்கான காரணங்கள் ஒன்று - 'கருவறைக்கு மேலே உயரமான விமானம் அமைத்தது மாறுபட்ட அமைப்பாக இருக்கிறது.' மற்ற கோயில்களில் சுற்றுக்கோபுரம் பெரியதாகவும், கருவறை கோபுரம் சிறியதாகவும் இருக்கும். ஆனால், பெரிய கோயிலில் இது அப்படியே தலைகீழ். இங்கு சுற்றுக்கோபுரங்கள் சிறியதாகவும், கருவறைக் கோபுரம் பெரியதாகவும் அமைந்துள்ளன.

59.40 மீ. என்பதே கோபுரத்தின் திட்டமிடப்பட்ட உயரம். ஆரம்பத்தில் இந்த 216 அடி கோயில் விமானம் முழுவதும் செப்புத்தகடுகளைப்

போர்த்தி, அதன்மேல் பொன் வேய்ந்திருக்கிறார் ராஜராஜன். 216 அடி விமானம் முழுவதும் தங்கத்தகடு வேய்ந்ததை ஒட்டக்கூத்தர், 'தக்கயாகப்பரணி'யில் குறிப்பிட்டுள்ளார். பிற்காலத்தில் நிகழ்ந்த படையெடுப்புகளில் இந்த விமானத்தில் வேய்ந்த பொன் முழுவதும் சூறையாடப்பட்டு விட்டது.

பொதுவாகக் கோபுரத்தை ஐந்து, பத்து அடுக்குகளாகக் கட்டுவார்கள். பெரிய கோயிலின் நுழைவாயில் கோபுரங்கள் அப்படித்தான் கட்டப் பட்டுள்ளன. ஆனால், ஸ்ரீவிமானம் தரையிலிருந்து உச்சியிலிருந்து ஒரே சீராக இருக்கிறது. அதில் அடுக்குகளே கிடையாது. உள்ளே கோபுரம் கூடாக இருக்கும். கல் அடுக்குகள் எதுவும் பூசுப்பொருள்களால் இணைக்கப்படாமல் இயற்பியல் சமநிலைப்படித் தம் கனத்தைத் தாமே தாங்கியுள்ளன. (இதே கட்டுமான முறையை ராஜேந்திர சோழன் கங்கைகொண்ட சோழபுரத்தில் பின்பற்றியிருக்கிறார். வேறு எங்கும் இதுபோல் கிடையாது.)

கோபுரத்தின் கல் அடுக்குகளைக் கூம்பு வடிவத்தில் அடுக்கியதன் மூலமாக, உள்ளே உள்ளீடற்ற கூம்பு போன்ற வெற்றிடம் உருவாகி, இதனால் மேலே உள்ள அடுக்கின் கனம் குறைந்து, உள்ளே காற்றுக் கான இடைவெளியால் சீரான தட்பவெப்பம் நிலவியது.

கருவறைக்கு மேல், மகாமண்டபம் வழியாகப் படியேறிச் சென்றால் இரண்டாம் தளத்துக்குச் செல்ல முடியும். இந்த இடத்திலிருந்து விமானத்தின் உட்புறம் பிரமிட் வடிவில் குவிந்து, 13 அடுக்குகளாக உயர்ந்து, கடைசியாக 8.7மீ பக்க அளவுடைய ஒரு சதுரத் தளத்தை உருவாக்கியிருக்கிறது. இந்தத் தளத்தில் எட்டு நந்திகள் உள்ளன.

விமானத்தினுள்ளே ஏராளமான ஓவியங்கள் உள்ளன. சிதம்பரம் கோயில் நடராஜர், தாடியோடு மாமன்னர் ராஜராஜன், இடுப்பில் பாவாடையும், மேல் போர்வையும் அணிந்த அரசிகள், சட்டை அணிந்த தளபதிகள், பூணூல் அணிந்த அந்தணர்கள், மாநிறம் கொண்ட தேவரடியார்கள் என்று அழைக்கப்பட்ட நடன மாதர்கள் என எல்லாமே உயிர் பெற்று எழுந்தது போன்று வடிவமைக்கப்பட்டுள்ளன. பக்தர்கள், இந்தக் கோபுரத்தைத் தூரத்திலிருந்து வழிபடும்போது சதாசிவ லிங்கமாக எண்ணி வணங்குகிறார்கள்.

ஸ்ரீவிமானம் மேலே உள்ள சதுரத் தளம் ஒரே கல்லில் செய்யப்பட்டது என்றும், அது 80 டன் எடை கொண்டது என்பதும், சாரப்பள்ளம் எனும் கிராமத்திலிருந்து சாரம் கட்டி கோபுர உச்சிக்கு 80 டன் எடையுள்ள பிரமரந்திரக்கல் ஏற்றப்பட்டது என்பன போன்ற தகவல்கள் எல்லாம் தவறானவை. துண்டுக்கற்களால் கட்டப்பட்டதே ஸ்ரீவிமானம். இந்தப்

பாறைவடிவம், பல கற்களை இணைத்து உருவாக்கப்பட்டதாக இருந்தாலும், ஒரே கல் போன்ற தோற்றமளிக்கும் வகையில் அவ்வளவு நேர்த்தியாகக் கட்டப்பட்டிருக்கிறது. இது தவிர, நிழல் கீழே விழாத கோபுரம்; வளர்ந்து வருகின்ற நந்தி போன்ற செய்திகளும் பொய்யே.

## வாயில்கள்

ராஜராஜனின் கல்வெட்டுகளில் கேரளாந்தகன் திருவாயில், ராஜராஜன் திருவாயில் என இரண்டு வாயில்களைப் பற்றிக் குறிப்பிடப்பட்டு உள்ளன. அதைப் போலவே இந்தக் கோயிலில் அணுக்கன் திருவாயில் என்கிற இன்னொரு வாசலும் உண்டு.

இவ்வாலயத்தின் நுழைவு வாயிலாகத் திகழ்வது கேரளாந்தகன் திருவாயில். இது, சற்றே உயரமான, அகலம் குறைந்த கோபுரம். மொத்தக் கோபுரத்தையும் இரண்டு தடிமனான கற்சுவர்களில் தாங்கி நிறுத்தியிருக்கிறார்கள்.

அடுத்தது, ராஜராஜன் திருவாயில். கேரளாந்தகன் திருவாயிலைவிடச் சற்றே உயரம் குறைந்த, ஆனால், அதை விடவும் அகலமான கோபுரம். இந்த இடத்திலிருந்தே ராஜராஜனின் 'ஆச்சரியமூட்டும் பணி' ஆரம்ப மாகிவிடுகிறது. துவாரபாலகர்களை மட்டும் கவனியுங்கள். என்ன ஒரு கம்பீரம்!

இந்த இரண்டு திருவாயில்களையும் தாண்டி உள்ளே சென்றால், நாம் காண்பவை நந்தி மண்டபமும், மாபெரும் நந்தி உருவமும். நந்தி மண்டபமும் அங்கே அமைக்கப்பட்டிருக்கும் மாபெரும் நந்தியும் நாயக்க மன்னர்களின் கொடை. ஒரே கல்லினால் செய்யப்பட்ட மிகப் பெரிய நந்திகளுள் இதுவும் ஒன்று. நாயக்க மன்னர்கள் பெரும்பாலும் வைணவர்கள் என்பது குறிப்பிடத்தக்கது. (தமிழகத்தின் மிகப்பெரிய நந்தி, திருவாவடுதுறை கோமுக்தீஸ்வரர் கோயிலில் உள்ளது) திருச்சி அருகிலுள்ள பச்சைமலையிலிருந்து கொண்டு வரப்பட்ட கருங்கல்லால் செய்யப்பட்ட இந்த நந்தி, 25 டன் எடை கொண்டது.

ராஜராஜன் கல்நந்தியை நிறுவவில்லையா? அதுவே முதலில் கரு வறைக்கு எதிரில் இருந்தது. முதலில் அமைக்கப்பட்ட நந்தி, கேரளாந் தகன் மற்றும் ராஜராஜன் வாயில்களுக்கு இடைப்பட்ட பகுதியில் இருந்தது. இப்போது அது, நந்தி மண்டபத்துக்குத் தெற்கே உள்ள திருச்சுற்று மாளிகையில் வடதிசை நோக்கியபடி உள்ளது. பின்னாளில் நாயக்கர்கள் மூலவருக்கு இணையான பெரிய நந்தியை நிறுவினார்கள்.

அணுக்கன் திருவாயில், ஒரு சிறப்பு நுழைவாயில். மரத்தால் செய்யப் பட்டது போன்று நுணுக்கமான வேலைப்பாடுகளுடன் இவ்வாயில்

நிலைக் கல்லால் அமைந்துள்ளது. இது, தமிழகப் பாணியிலான கோபுரமாக இல்லாமல், சேர நாட்டுக் கோபுரக் கலைப் பாணியில் இரண்டு அல்லது மூன்று அடுக்குகளோடு திகழ்கிறது. ராஜராஜனும் ஆடல் மகளிரும், தெய்வீகப் பணியாளர்களும் நுழைவதற்காக உருவாக்கப்பட்ட வாயில். இவ்வாயில் வழியாக மட்டுமே புகுந்து கருவறைக்குச் செல்வார் ராஜராஜன்.

மன்னர், இறைவனை வழிபட வரும் திருவாயில் என்பதால் இவ்வாயில் பேரழகோடு, மங்கலமாக இருந்திருக்கிறது. செம்பு மற்றும் தங்கத் தகடுகள் போர்த்தப்பட்டிருந்த இவ்வாயிலின் முகப்புப் பகுதி, பிற்கால கொள்ளையடிப்புகளின்போது சிதைந்துவிட்டது. சிறப்பு வாயில் என்பதால் இங்கு மெய்க் காவலர்கள் பலரை ராஜராஜன் நியமித்திருக்கிறார்.

கோயிலைச் சுற்றி சுமார் 28 அடி உயரத்தில் கிழக்கு மேற்காக 800 அடி நீளமும், தெற்கு வடக்காக 400 அடி அகலமும் கொண்டுள்ள மதிற்சுவர் மீது வரிசையாக நந்தி உருவங்கள் அமைக்கப்பட்டுள்ளன. கோயிலின் பிரகாரச் சுற்றில் கருங்கற்களினாலும், செங்கற்களினாலும் தஞ்சை மன்னர் இரண்டாம் சரபோஜி கி.பி. 1803ல் தளம் அமைத்தார்.

### பாடல்கள்

பெரிய கோயிலைப் போல் பல்வேறு பாடகர்களைப் பணியில் அமர்த்தி, ஆடல் மகளிரையும் கோயிலுக்குள் கொண்டுவந்து இறைத் தலத்தை எப்போதும் இசைமழையில் நனைத்த திருக்கோயில் வேறொன்றுமில்லை. பெரிய கோயிலில் இயல், இசை, நாடகம் எனும் தமிழரின் முத்தமிழ்ப் பிரிவுகள் சிறப்பாக வளர்ந்திருக்கின்றன.

கோயில்கள் இருக்குமிடத்தில் நிச்சயம் பாடலும் இருக்கும். இசைக் கச்சேரிகள் பிரபலமாவதற்கு முன்னர், அரசவைகளிலும், சமஸ்தானங் களிலுமே இசை வளர்ந்து செழித்தது. இசையும் நாட்டியமும் சோழ மன்னர்களின் பெரும் ஆதரவைப் பெற்றிருந்தன. சோழர் காலத்தில் கலைகளில் சிறந்து விளங்கிய தஞ்சையில், தொடர்ந்து வந்த நாயக்கர், மராட்டியர் காலங்களிலும் கலைகளுக்கான ஆதரவில் யாரும் சிறுகுறை வைக்கவில்லை. அந்தந்த ஊரின் இயற்கை வளம், சமய நிலை, இறைச்சிந்தனைகள், சமுதாயச் செய்திகள் ஆகியவற்றை உள்ளடக்கி இப்பாடல்கள் அமைந்தமையால், அவை மக்களின் வாழ்வோடு கலந்திருந்தன.

ராஜராஜன் காலத்தில் கோயில் என்பது வழிபாட்டுக் கூடமாக மட்டும் இல்லை. மக்கள் கூடும், கூடிக் கொண்டாடும் இடமாக இருந்தது. கலையாற்றல் கொண்டவர்கள் அல்லது கலையில் ஆர்வம் உள்ளவர்கள்

நந்தி மண்டபம்

தங்கள் கலைகளை வளர்த்துக் கொள்ள, கலைகளை மக்களிடம் சேர்க்க, தன் திறமையைப் பறைசாற்ற என ஒரு பொது இடமாகவே கோயில் திகழ்ந்தது. பாரம்பரியக் கலைகளான நடனம், இசை, சிற்பம், ஓவியம் முதலியன அழியாமல் காக்கவும், அதை மேம்படுத்தவும் பெரிய கோயில் முக்கியப் பங்காற்றியது என்றுதான் சொல்ல வேண்டும்.

சோழர் காலத்துக்கு முன்பு பல்லவர், பாண்டியர் காலத்தில் இசைக் கலையின் வளர்ச்சி மிகவும் ஆரோக்கியமாக இருந்தது. ஆழ்வார்களும், நாயன்மார்களும் மேற்கொண்ட நடைப்பயணங்கள் அனைத்துமே பாடலுடன் நிகழ்ந்ததால், பக்திப் பாடல்கள் எண்ணிலடங்காமல் பிறந்தன. அதேபோலவே சோழர் காலத்தில் கலைகள் ஏற்றம் பெற்றன.

ராஜராஜனுக்கு முந்தைய அரசர்கள் ஆடல், பாடல்களை அரண்மனை முற்றத்தில் நிகழச் செய்து கண்டுகளித்தார்கள். ஆனால், ராஜராஜன் இதைக் கோயிலில் மக்கள் முன்பு நடத்திக் காட்ட விரும்பினார். ஆடல், இசை என்னும் இரு கலைகளைக் கொண்டு பெரிய கோயிலுக்கு மேலும் பெருமை சேர்த்தார்.

நானூற்று ஏழு ஆடல் மகளிர், ஏழு நட்டுவனார்கள், உடன்பாடுவோர் நான்கு பேர், கானம் பாடுவோர் இருவர், வீணை வாசிப்போர் இருவர், மெராவியம் எனும் இசைக்கருவி இசைப்பார் இருவர், வங்கியம் இசைப்பார் மூவர், பாடவியம் எனும் இசைக்கருவியை இசைப்போர்

நால்வர், உடுக்கை வாசிப்போர் இருவர், வேதம் ஓதுவோர் மூவர், தமிழ் பாடுவோர் நால்வர், கொட்டி மத்தளம் வாசிப்போர் இருவர், முத்திரைச் சங்கு ஊதுவோர் மூவர், பக்கவாத்தியம் வாசிப்போர் ஐவர் எனப் பல இசைக்கலைஞர்கள் பணியாற்றி பெரிய கோயிலில் இசைமழையை உண்டு பண்ணியிருக்கிறார்கள்.

பெரிய கோயிலில் பணியமர்த்தப்பட்ட பாடகர்களில் பலவகை. காந்தர்வர்கள், பாணர்கள், தமிழ் பாடியவர், ஆரியம் பாடியவர், கொட்டுப்பாட்டுப் பாடியவர், காணப் பாட இருந்தவர், பிடாரர்கள் ஆகியோர் நாள்தோறும் இசை வழியாக மக்களுக்குப் பக்திப் பரவசத்தை அளித்துக்கொண்டிருந்தார்கள்.

பாணர்கள் கோயில்களில் பாடகர்களாக இருந்ததுடன், கோயில் தேவரடியார்க்குப் பாடல் சொல்லித்தரும் பணியையும் மேற்கொண் டிருந்தார்கள். பெரிய கோயிலில் நான்கு பாணர்கள் இருந்தனர். இவர்களின் இந்தச் செயலுக்குத் தலைக்கு ஒன்றரை வேலி நிலம் வாழ்வூதியம் வழங்கப்பட்டது.

தேவார, திருமுறைகளை தேடித் தொகுத்து ஓதச்செய்வதற்கு 48 ஓதுவார்கள், மத்தளம் வாசிப்போர் நியமிக்கப்பட்டார்கள். திருமுறை விண்ணப்பம் பாடுவோர், உடுக்கை வாசிப்போர், மத்தளம் வாசிப்போர் ஆகியோர் இருந்ததற்கான குறிப்புகள் இருக்கின்றன.

தமிழ்ப் பாடல்களைப் பாட பட்டாலகன், அமுதன் காணி, வாணராசி கூத்தன், சூற்றி என்னும் நால்வர் இருந்தனர். இப்பாடகர்கள் தமிழ்க் கூத்துக்களுக்குப் பாடியவர்கள். இவர்களுக்குத் தலைக்கு ஒன்றரை வேலி நிலம் ஊதியமாக அளிக்கப்பட்டிருந்தது. கோயிலில் வடமொழிப் பாடல்களை விடவும் தமிழ்ப் பாடல்களுக்கே அதிக முக்கியத்துவம் தரப்பட்டது.

ஆரியம் என்கிற வடமொழிப் பாடலைப் பாடும் பொறுப்பு அம்பல நாதனிடம் தரப்பட்டிருந்தது. இவர் தம்மோடு இருவரை இணைத்துக் கொண்டு ஆரியம் பாடினார். ஆரியம் பாடியவர்களுக்கும் தலைக்கு ஒன்றரை வேலி நிலம் அளிக்கப்பட்டது.

குராவன் வீரசோழனான பஞ்சவன் மாதேவி நாடகமாராயன், மறைக் காட்டுக் கணவதியான திருவெள்ளறைச் சாக்கை, ஒற்றியூரைச் சேர்ந்த சிங்கன், இளங்கோவன் ஆகிய நால்வரும் பெரிய கோயிலில் கொட்டுப் பாட்டுப் பாடியவர்கள். பெரிய கோயிலில் திருப்பதியம் பாட நாற்பத் தெட்டுப் பிடாரர்கள் பணியில் அமர்த்தப்பட்டிருந்தார்கள்.

காந்தர்வர் எனப்படுபவர் வானலோகத்தைச் சேர்ந்தவராகவும் அவருடைய பாடல் கந்தர்வ இசையாகவும் கருதப்பட்டது. சோழர்

காலத்தில் தமிழ்நாட்டின் பல கோயில்களில் காந்தர்வர் பாடும் பணியிலிருந்தார்கள். பெரிய கோயிலில் இருபது காந்தர்வர்கள் பணியில் இருந்தார்கள். இவர்களுக்குத் தஞ்சாவூர்ப் புறம்படிப் பகுதியில் காந்தர்வத் தெரு அமைத்துத் தரப்பட்டது.

பெரிய கோயில் இசை சங்கமத்தில் குழல், உடுக்கை, இலைத்தாளம், கொட்டி மத்தளம், கின்னரம், பறை, மெராவியம், வங்கியம், பாடவியம், வீணை, முத்திரைச்சங்கு, சகடை என பல வாத்தியக் கருவிகள் பயன்படுத்தப்பட்டன.

இப்படி ஆலயத்தில் பாடுவதற்கும், உடன் வாத்தியம் வாசிப்பதற்கும், நடனமிடுவதற்கும் இந்தக் கலைஞர்களுக்கு அளிக்கப்படும் ஊதியம், அவர்களுக்கு அளிக்கப்பட்டுள்ள உரிமைகள் என அனைத்தும் விளக்கமாகக் கல்வெட்டுகளில் பொறிக்கப்பட்டுள்ளன.

**நாட்டியம்**

ஆடற்கலைக்கு மூல முதல்வன், சிவபெருமான் எனும் ஆடவல்லான். பரதக் கலைக்கு அடிப்படையாகத் திகழ்வது நூற்று எட்டு கரணங்கள். சிவபெருமான் முதல்முதலில் கரணங்களைப் போதித்தது புராண வரலாறு.

இறைவனுக்கு நடத்தப்படும் 16 வகை வழிபாடல்களுள் நாட்டியமும் ஒன்று. நாட்டியக் கலைக்கு ராஜராஜன் செய்த தொண்டு போற்று தலுக்குரியது. கோயில் கருவறையில் 81 நாட்டியச் சிற்பங்களை இடம்பெறச் செய்தார் ராஜராஜன்.

தஞ்சை பெரிய கோயிலில் நாட்டியக் கலை மிக மேன்மையாக வளர்க்கப்பட்டிருக்கிறது. கோயிலில் தினமும் வாத்திய இசையோடு கூடிய நாட்டியம் எனும் ஆடற்கலை ஈசனுக்கு அர்ப்பணிக்கப்பட்டிருக் கிறது. நாட்டியத்துக்காக நானூறு ஆடல் மகளிர் பணியில் அமர்த்தப் பட்டனர்.

இந்த நானூறு ஆடல் மகளிரும் தங்கள் இயற்பெயருக்கு முன்னால் நக்கன் என்னும் சொல்லைப் பொதுப்பெயராகக் கொண்டிருந்தார்கள். நக்கன் என்ற சொல் சிவபெருமானைக் குறிப்பதாகும். கோயிற் பணிகளுக்கென்றே தங்களை அர்ப்பணித்துக்கொண்ட இவர்கள், நக்கன் என்கிற முன்னொட்டைத் தங்கள் இயற்பெயருடன் இணைத்துக் கொண்டார்கள்.

ஆடற்கலைக்கு ராஜராஜன் அளித்த முக்கியத்துவம், கோயிலில் வடிக்கப்பட்டுள்ள கரணச் சிற்பங்களிலிருந்து அறிந்துகொள்ளலாம்.

## ஓவியங்கள்

தஞ்சைப் பெரிய கோயிலைச் சுற்றியிருந்த உட்பிரகாரம், பல ஆண்டு களாகத் திறக்கப்படாமலே இருந்தது. அதனால் வௌவால்களுக்கு மிக வசதியாகப் போய்விட்டது. கருவறையைச் சுற்றியுள்ள உள்சுற்று அறையில் இருந்த சோழர்கால ஓவியங்கள் இருபதாம் நூற்றாண்டின் முற்பகுதி வரை வெளிஉலகுக்குத் தெரியாமலே இருந்தன. உட்பிர காரத்தில் உள்ள ஓட்டை வழியாகப் பறவை ஒன்று பறந்து வந்தபோது, ஏதோ ஒன்று தோன்றி உட்பிரகாரம் திறக்கப்பட்டு ஆய்வுக்கு உட் படுத்தப்பட்டது. அப்போதுதான், உள்ளே இருந்த ஓவியங்களைக் கண்டும் எல்லோரும் பிரமித்துப் போனார்கள்.

பல்லவர்கால ஓவியக்கலையைக் காஞ்சி கயிலாயநாதர் கோயில், பனைமலை தலகிரீசுவரர் கோயில்களிலும், மராத்திய ஓவியக் கலையைத் தஞ்சை மாவட்டத்தின் பல கோயில்களிலும், விஜயநகர, நாயக்கர்கால ஓவியக்கலையை மதுரை மற்றும் பல்வேறு கோயில் களிலும் என மிகச்சிறப்பான பண்டைய தமிழ் ஓவியக்கலையை இவ்விடங்களில் காணமுடியும். அதேபோல சோழர்கால ஓவியக் கலையைக் காண்பதற்கான மிகப்பொருத்தமான இடம், பெரிய கோயில். இந்த ஓர் இடத்தைத் தவிர, வேறு எந்த இடத்திலும் சோழர் கால ஓவியங்கள் இத்தனைப் பத்திரமாக நமக்குக் கிடைக்கவில்லை.

சுந்தரர், சேரமான் பெருமாள் கதைகள், திரிபுராந்தகரின் போர்க் காட்சிகள் போன்றவை சோழர் கால ஓவியங்களாக இருந்தன. தஞ்சைப் பெரிய கோயிலின் உட்சுவரில் உள்ள ஓவியங்களில் கரூர்த் தேவர், நடனமகளிர் மற்றும் ராஜராஜனின் உருவங்கள் வரையப்பட்டுள்ளன. நல்லவேளை, இவை வெளிப்புறப் பிரகாரங்களில் வரையப்பட வில்லை. சுவர்களில் முப்பரிமாண ஓவியங்களை வரைந்து காட்டியிருக் கிறார்கள்.இவை அனைத்தும் தனி மனிதனால் வரையப்பட்டதல்ல. குழுவாகப் பணியாற்றி வரைந்திருக்கிறார்கள்.

சோழர் கால ஓவியங்கள், ப்ரஸ்கோ என்கிற முறையில் வரையப் பட்டுள்ளன. அதாவது சுண்ணாம்புச்சாந்து, கடுக்காயை நீரில் கலந்து, சுவரில் ஒரு பூச்சுப் பூசி, ஈரம் உலர்வதற்குள்ளாகப் பச்சிலைகள் மற்றும் மூலிகைச் சாறுகளுடன் பிசின்களையும் கலந்து தயாரிக்கப்பட்ட வண்ணக் குழம்புகளைப் பயன்படுத்தி அவ்வோவியங்கள் வரையப் பட்டுள்ளன.

ஓவியங்களில் மஞ்சள், சிவப்பு, பச்சை ஆகிய மூன்று நிறங்களே அதிக மாகப் பயன்படுத்தப்பட்டுள்ளன. போர்க்காட்சிக்குச் சிவப்பு வண்ணமும், காதலுக்குப் பச்சை, ஆன்மிகத்துக்கு ஆரஞ்சு மற்றும் மஞ்சள் கலந்த பொன்னிறம் என்று ஒவ்வொரு காட்சிக்கும் தனித்தனி

92

வண்ணங்களைப் பயன்படுத்தித் தங்கள் திறமையை மேலும் நிரூபித்திருக்கிறார்கள் சோழர்கால ஓவியர்கள்.

கருவறையைச் சுற்றியமைந்த உள்சுவர்களில் கண்டுபிடிக்கப்பட்ட சோழர்கால ஓவியங்களுக்கு மேல், நாயக்கர் காலத்தில் வேறு வகையான ஓவியங்கள் தீட்டப்பட்டு ராஜராஜன் காலத்து ஓவியங்கள் முழுவதுமாக மறைக்கப்பட்டு இருந்தன. இந்தியத் தொல்லியல் துறையின் உதவியோடு நாயக்கர் ஓவியங்கள் சுவரிலிருந்து பிரித்து எடுக்கப்பட்டன.

இவ்வகையில் சோழர்கால ஓவியங்களை ஓரளவுக்கு மீட்க முடிந்ததே தவிர, இன்னும் எல்லா ஓவியங்களும் வெளிவந்தபாடில்லை. பல சோழ ஓவியங்கள், நாயக்கர் ஓவியங்களின் அடியில் மறைக்கப் பட்டுள்ளன. ஓவியங்களுக்கு மேல் நாயக்கர் ஓவியங்கள் மட்டும் தீட்டப் படாதிருந்தால் சோழர்கால ஓவியங்கள், அஜந்தா ஓவியங் களுக்கு நிகராகப் பேசப்பட்டு இருக்கும்.

**சிற்பங்கள்**

பெரிய கோயிலைக் கட்டிக்கொண்டிருந்தபோது சிற்பிகள் களைத்துப் போகாமல் இருக்க ராஜராஜனே அவர்களுக்கு வெற்றிலை மடித்துக் கொடுத்ததாக ஒரு கதை உண்டு. இது புனைவு என்றாலும், தன் கலைஞர்களுக்கு ராஜராஜன் கொடுத்த உச்சபட்ச மரியாதையே பெரிய கோயிலில் காணப்படும் காலத்தால் அழியாத சிற்பங்கள்.

பிற்காலச் சோழர் காலம், தமிழ்ச் சிற்பக்கலையின் மறுமலர்ச்சிக் காலமும் பொற்காலமும் ஆகும். தமிழ்நாட்டின் சிற்பங்களின் மூன்று முக்கியமான ஊடகங்களில் சோழர்கள் சாதனை புரிந்திருக்கிறார்கள். கல், சுதை, வெண்கலம் மற்றும் பஞ்சலோகம் ஆகிய மூன்றைக் கொண்டு விதவிதமான, அழகழகான சிற்பங்களை அமைத்து சோழர்கள் வித்தை காண்பித்திருக்கிறார்கள்.

மற்ற சிவாலயங்களைப் பார்க்கும்போது இங்குள்ள சிற்பங்கள் மட்டும் தனித்துவமிக்கதாகத் தெரியும். இக்கோயில்களின் புறச்சுவர்களில் உள்ள சிற்பங்களில் காணப்படும் உணர்ச்சிவெளிப்பாடுதான் சிற்பங் களுக்கு அழகையும் பிரமிப்பையும் கொண்டுவருகின்றன. நெளிவு சுளிவுகளுடன் கூடிய கற்சிலைகளும் செப்புச் சிலைகளும் சிற்பங்களின் அதிரூபமும் பார்க்குமெல்லோரையும் அசர வைத்துவிடும்.

முதலில் கற்கள் கொண்டுவந்து பதிக்கப்பட்டு அதற்குப்பிறகுதான் சிற்ப வேலைகள் தொடங்கியிருக்கின்றன. சிற்ப மகரிஷிகள் படைத்தருளிய சாஸ்திரங்களான காஸ்யபம், மயன்மதம் போன்ற வழிமுறைகளைக் கொண்டு கற்சிலைகளும் கல்சிற்பங்களும் செய்யப்பட்டன.

சோழர் கால ஓவியம்

பெரிய கோயிலைச் சுற்றியும் புடைப்புச் சிற்பங்களைப் பார்க்கமுடியும். கற்தூண்களில் நடன மங்கைகள் உருவம் செதுக்கி வைக்கப்பட்டு உள்ளன. நுழைவாயிலில் யாழியின் வித்தியாசமான தோற்றம், பெரிய கோயிலின் பிரகாரங்களில் உள்ள பிட்சாடன மூர்த்தி, ஆலிங்கன சந்திரசேகரமூர்த்தி போன்ற சிற்பங்களில் கலையின் உச்சத்தைக் காணமுடியும்.

கற்சிலைகள் தவிர உலோகச் சிற்பங்களும் உண்டு. சோழர்காலத்தின் கலையுச்சம் என்பது செம்பு, வெண்கலம், ஐம்பொன் சிற்பங்கள். செம்பு என்கிற உலோகம் ஐயாயிரம் ஆண்டுகாலம் புழக்கத்தில் இருந்தாலும், அந்தச் செம்பைக் கொண்டு கடவுள் உருவங்கள் செய்யப்படும்போதுதான் அது கலை வடிவமாக மாறுகிறது.

உலோகச் சிற்பங்கள் என்கிற கலை, சோழர் காலத்தில்தான் முறைப் படுத்தப்பட்டது. சோழர்காலச் செம்புச் சிலைகளை அவற்றின் நளினமான தோற்றத்தை வைத்து அடையாளம் சொல்லிவிடலாம். சோழர்காலச் செம்புச் சிலைகள் ஐம்பொன்னால் (தாமிரம், துத்தநாகம், வெள்ளீயம், தங்கம், வெள்ளி) செய்யப்பட்டவை.

ஸ்ரீவிமானத்தின் இரண்டாம் தளத்தில் நாட்டியத்தின் 108 கரணங்களை நடராஜரே ஆடிக் காட்டுவதுபோல் சிற்பங்கள் வடிக்கப்பட்டுள்ளன. ராஜராஜனின் சகோதரி குந்தவை நாச்சியார், தன் தந்தை இரண்டாம் பராந்தகனான சுந்தர சோழருக்கும் தன் தாயார் வானமன் மாதேவி யாருக்கும் இக்கோயிலில் செப்புத் திருமேனிகள் எடுத்திருக்கிறார்.

●

கி.பி.1535 முதல் 1675 வரை, தஞ்சையை செவ்வப்ப நாயக்கர், அச்சுதப்ப நாயக்கர், இரகுநாத நாயக்கர், விஜயராகவ நாயக்கர் ஆகிய அரசர்கள் ஆண்டுகொண்டிருந்தார்கள். இவர்கள் காலத்தில் பெரிய கோயிலில் ஆலயத் திருப்பணிகளும், ஆலயங்கள் பராமரிப்பும் மிகச்சிறப்பாக நடைபெற்றிருக்கின்றன. இவர்கள் காலத்தில்தான் ஆலயத்திலிருந்த மகாநந்தி புதிதாக அமைக்கப்பட்டது. ஆலயத்தில் மூர்த்தி அம்மன் மண்டபம், மல்லப்ப நாயக்கர் மண்டபம் ஆகியவை நிறுவப்பட்டன.

கி.பி. 1675 தொடங்கி 1850 வரையில் தஞ்சையை மராட்டிய மன்னர்கள் ஆண்டார்கள். இவர்கள் காலத்திலும் ஆலயத்தின் திருப் பணிகள் நடைபெற்றன. 1729ல், குடமுழுக்கு நடைபெற்றது. விமான உச்சியில் அப்போது ஒரு புதிய கலசம் வைக்கப்பட்டது. இரண்டாம் சரபோஜி காலத்தில் பிரகாரத்துக்குக் கல் தளம் அமைக்கப்பட்டது.

1855ல், கடைசி மராட்டிய மன்னரான சிவாஜிராஜா போன்ஸ்லே இறந்து போனதும் (அவருக்கு ஆண் வாரிசு கிடையாது) ஆங்கிலேய அரசு தஞ்சையின் சொத்துக்களை எடுத்துக்கொண்டது. இதை எதிர்த்துத் தலைமை ராணியான காமாட்சியம்பா பாய் சாஹேப் நீதிமன்றம் செல்ல, ராணிக்குச் சாதமாகத் தீர்ப்பு வந்தது. இதன்பிறகு, ராணி குடும்பத்தினர் பரோடா கெய்ஹ்வாட் மன்னர் குடும்பத்தோடு சம்பந்தம் செய்துகொண்டபோது, சீதனமாகப் பல தஞ்சைப் பொருள்கள் வழங்கப்பட்டன. இதில், பெரிய கோயிலில் இருந்த மதிப்புமிக்க ஐம்பொன் சிலைகளும் சீதனமாக வழங்கப்பட்டுள்ளன என்பதுதான் வேதனையான விஷயம். ராஜராஜன் வழிபட்ட பஞ்சதேக மூர்த்தி செம்புச் சிலையும் அப்படிப் பறிபோனதுதான் என்று கருதப்படுகிறது.

ராஜராஜன் காலத்துக்குப் பிறகு, கோயிலில் நடைபெற்ற திருப்பணிகளை விடவும், அதிக சேதாரத்துக்குத்தான் பெரிய கோயில் ஆட்படுத்தப்பட்டிருக்கிறது. கடந்த ஆயிரம் வருடங்களில் பல்வேறு வகையான தாக்குதலுக்கு ஆளாக்கப்பட்டிருக்கிறது. கோயிலின் திருச்சுற்று மாளிகையும் தெய்வத் திருவுருவங்களும் பலத்த சேதாரம் அடைந்துள்ளன. ஸ்ரீ விமானத்தோடு இணைந்துள்ள மகாமண்டபமும் சிதைந்துள்ளது.

பாண்டியர்கள்தான் சோழர்களின் ஜென்ம எதிரிகள். சோழர்களால்தான் அவர்கள் பெரும் அழிவைச் சந்தித்தார்கள். ஆனால், கி.பி. 1218ல், மாறவர்மன் சுந்தர பாண்டியன் தஞ்சை நகரை அழித்தபோது, பெரிய கோயிலுக்குப் பெரிய பாதிப்புகள் எதுவும் ஏற்படவில்லை. இருந்தபோதும் வினை, மாலிக்காபூர் உருவில் வந்தது.

கி.பி. 1311ல், மாலிக்காபூர் படையெடுப்பில்தான் பெரிய கோயிலுக்கு அதிகச் சேதாரங்கள் ஏற்பட்டன. முகமதியப் படையினர் நந்திபுரத்தை அழித்து மட்டுமில்லாமல் சுற்றுப்புற நகரங்களில் பெருத்த சேதாரத்தை ஏற்படுத்தி, ஏராளமான பொருள்களைக் கொள்ளையடித்துச் சென்றார்கள்.

மாலிக்காபூரின் படையெடுப்பால் பெரிய கோயிலுக்கு ஏற்பட்ட இழப்பைப் பின்னால் ஆட்சிக்கு வந்த பிரமிச்சி நாயக்கர், கோயில்மீது கொண்ட காதலால் திருப்பணி செய்து கோயிலின் அழகுக்கு மேலும் பங்கம் வராமல் பார்த்துக்கொண்டார். அதே சமயம், நாயக்க மன்னர்கள்தான் கோயிலின் பல கோபுரங்களில் இருக்கும் சிற்பங்களுக்குச் சுதை பூசியும், புதிய சுதை சிற்பங்களை வைத்தும் மாற்றங்கள் செய்துவிட்டார்கள். இரண்டாம் உலகப் போரின்போது, விமானப் படை தாக்குதலைச் சமாளிக்க ஒரு யுத்தப் படையும் இவ்வாலயத்தினுள் முகாமிட்டிருந்தது.

ராஜாராஜன் காலத்துக்குப் பிறகு, பாண்டியர்கள், நாயக்கர்கள், மராட்டியர்கள் ஆகியோரின் ஆட்சி தமிழகத்தில் நடைபெற்றது. ஆனால், அவர்கள் எவராலும் பெரிய கோயிலுக்கு இணையான ஒரு கலைப் படைப்பைக் கொண்டு வர முடியவில்லை. கல்லில் வடித்த கோயில் என்பதால் எந்த மன்னராலும் இயற்கையாலும் அழிக்க முடியாத பொக்கிஷமாக இருக்கிறது பெரிய கோயில்.

பிரிட்டானிகா கலைக்களஞ்சியத்தில் தமிழர்களை மிகப்பெரும் பொறியியல் அறிஞர்கள் என்று எழுத வைத்த கோயில் இது. தமிழகச் சிற்பிகளின் கலைத்திறனும், அவர்களது அறிவியல் அறிவும், கற்பனைத் திறனும், தமிழர்களின் கட்டடக் கலை மற்றும் சிற்பக் கலை பெருமையையும், சோழர்களின் பண்பாட்டையும், நாகரிகத்தையும், கலாசாரத்தையும் வெளிப்படுத்த இப்படியொரு கோயிலைக் கட்டினார் ராஜராஜன். அவருடைய கலாரசனையையும் தொலைநோக்குப் பார்வையையும் என்னவென்று வியக்க! இத்தனை கவின்திறனோடு படைக்கப்பட்டாலும், பெரியகோயில் ஒரு முற்றுப்பெறாத காவியம். அதில், கிட்டத்தட்ட 52 இடங்களில் வேலை முழுமையடையவில்லை.

# 7

## சார்ச்சைகளின் காலம்

சோழர் காலக்கட்டத்தில் தொடர்ச்சியாகப் புதிய வேளாண் நிலங்கள் உருவாக்கப்பட்டு, ஏராளமான நஞ்சை நிலங்கள் உருவாயின. நில விளைச்சல்களால் அங்கே குடியேற்றங்கள் நிகழ்ந்தன. நிலங்கள் ஊர்களாக ஆன போது, அங்கே கோயில்கள் நிறுவப்பட்டன. கோயில்கள் அனைத்திலும் ஒரேவகையான ஆகமமுறை பூஜைகளைச் செய்வதற்காகப் பிராமணர்கள் ஈடுபடுத்தப்பட்டார்கள். சர்ச்சைகள் தொடங்க அதுவே வழிவகுத்தது.

ராஜராஜன் காலக்கட்டத்தில் நிறைய நகரங்களும், வணிகச் சந்தைகளும், நகர வசதிகளும் அதிகமாகின. சந்தைகளும், சாலைகளும், சாலையோரக் கோயில்களும், கோயில் களைச் சுற்றி ஊர்களும், நகரங்களும் உருவாகி ஒரு மாடல் நகரத்தைக் கண்முன் நிறுத்தின. கோயில், நகர்புற மையமாக இருந்தது. இதனால் அரசியல், பொருளாதார, அரசியல் அமைப்பாக கோயில் செயல்பட்டது.

ராஜராஜன் ஆட்சியில் ஆலயங்கள் அனைத்திலும் மாறு பட்ட பூஜைமுறைகள் தடைசெய்யப்பட்டு, ஆகமமுறை கட்டாயமாக்கப்பட்டது. இந்த ஆதிக்கக் கட்டமைப் புக்குச் செவி சாய்க்கவும், செய்து முடிக்கவும் பிராமணர்

தேவைப்பட்டார்கள். அரசரின் கட்டளையை ஏற்று நடந்ததால் பிராமணர்களுக்கு நிறைய சலுகைகள் வழங்கப்பட்டன. கோயில்கள் கட்டப்பட்டு, அதன் அருகில் பிராமணர்களுக்கு நிலம் அளித்துக் குடியேற்றுவது என்பது அந்தக் காலக்கட்டத்தில் ஒரு வழக்கமாகவே இருந்துள்ளது. அதையே தான் ராஜராஜனும் செய்தார். பிரம்மதேயங்கள் என்ற பெயரிலும், சதுர்வேதி மங்கலங்கள் என்ற பெயரிலும் பிராமணர் குடியேற்றங்கள் உருவாக்கப்பட்டு, அவர்களுக்குப் பிரத்தியேக உரிமையுடன் கூடிய நிலங்கள் வழங்கப்பட்டன.

மதங்களைக் கொண்டு மக்களைக் கட்டுப்படுத்தவும் ஒற்றுமையோடு செயல்படவும் பிராமணர்களின் பங்களிப்பு அவசியம் என்று ராஜராஜன் நினைத்தார். இதனால் சோழர் காலத்தில் ஆதிக்கத்தின் கருவியாகப் பிராமணர்கள் செயல்பட்டார்கள். அவர்களுக்கு வழங்கப்பட்ட சலுகைகள் மக்களிடையே பல்வேறு கருத்துக்களை உருவாக்கின.

பிரம்மதேயம் என்கிற நிலமானியங்கள் வழங்கப்பட்டாலும் அரசதி காரம் முழுவதும் அவர்கள் கைக்குச் சென்றுவிடவில்லை. அது எப்போதும்போல மன்னர் கையிலேயே இருந்தது.

ராஜராஜனுக்குத் தேவையான மூன்று ஞானங்கள் பிராமணர்களிடம் இருந்தன. ஒன்று, மதஞானம். இதைக்கொண்டு பிராமணர்கள் வெவ்வேறு வழிபாட்டு வழக்கம் கொண்ட மக்களை ஒன்றாகத் திரட்டி னார்கள். இது, ராஜராஜனின் சமுதாய நிர்வாகத்துக்கு மிக அவசியமாக இருந்தது.

வரி வசூலுக்கு உதவாத, தங்கள் ஆதிக்கத்துக்கு முழுக்க ஒத்துவராத நிலங்களை பிராமணர்களுக்கு வழங்கி அந்த இடத்தில் ஒரு மக்கள் பிரதேசத்தை உருவாக்கினார் ராஜராஜன். பிராமணர்கள், வன்முறை அற்றவர்களாகவும் கல்விமான்களாகவும் இருந்தது அரச நிர்வாகத்துக்கு இன்னும் வசதியாகப் போனது. இதனால் ராஜராஜன் முதலிய பல சோழ அரசர்கள் பிராமணர்களைப் போற்றினார்கள் என்பதில் மாற்றுக் கருத்தே இல்லை. ஏற்கெனவே நாம் பார்த்ததுபோல, சோழர்களின் போர்ப்படையில் தலைமை வீரர்களாக இருந்தவர்கள் பிராமணர்கள். இவற்றை ஒரு முக்கியமான அரசியல்-பொருளியல் நடவடிக்கை யாகவே பார்க்கவேண்டும்.

அடுத்தது, பிராமணர்களின் ஜோதிட ஞானம். ஜோதிடத்தில் நம்பிக்கை கொண்ட ராஜராஜனால் பிராமணர்களின் ஜோதிட அறிவைக் கொண்டு பல காரியங்களைச் செய்யமுடிந்தது. மூன்றாவது, பிராமணர்களின் தர்மசாஸ்திரங்கள் குறித்த ஞானம். இது, பல இனக்குழுக்களுக்கு நடுவே பொதுவான அறங்களை உருவாக்க உதவும் என்று நம்பினார்.

இதனால் அவருக்குப் பிராமணர்களின் தேவையும் அவர்களுடைய பல ஆலோசனைகளும் ஆட்சியின் சீரான செயல்பாட்டுக்கு உதவியாக அமைந்தன.

அன்று சைவ, வைணவ மத நம்பிக்கைகள் இன்னும் வலுவானதாகவும், மக்களைக் கட்டுப்படுத்தி இணைக்கக் கூடியதாகவும் இருந்தன. பிராமணர்களும் கோயில்களும் ஆதிக்கத்தின் கருவிகளே.

சோழ மன்னர்கள் பிராமணர்களைப் பயன்படுத்தி நிகழ்த்திய ஆதிக்கம் என்பது வன்முறை, அடக்குமுறை அற்றது. அவர்களுக்குச் சலுகை அளிக்கப்பட்டதால் இதர மக்களின் பண்பாடுகள் கூட அழிக்கப்பட வில்லை. ஆனால், ஏற்றத்தாழ்வு என்பது இயல்பாகத் தோன்றியது.

ஜாதி அமைப்புகள், நிர்வாக வசதிக்காக வலங்கை, இடங்கை என்று பிரிக்கப்பட்டன. இதில் பிராமணர்களும் அடக்கம். தேர்விழாக்களில் அவர்களுடையப் பங்களிப்புக்கு முக்கியத்துவம் கொடுக்கப்பட்டது. ஆனால், தேர்வடத்தில் வலது வடத்தைப் பிடிப்பவர்கள், இடது வடத்தைப் பிடிப்பவர்கள் என ஒரு பிரிவினை உருவாகி, அதுவே பேதமாக மாறியது.

வரி வசூல் செய்வதில் ஏற்பட்ட பூசல்கள் வலங்கை - இடங்கை போராகவும் ஆகியிருக்கலாம் என்று கருதப்படுகிறது. இது எங்கு போய் முடிந்தது என்றால், இரண்டாம் குலோத்துங்கன் காலக்கட்டத்தில் வலங்கை, இடங்கை சாதிகள் இடையே சண்டைகள் தோன்றி அதனால் சோழ நிர்வாகமே ஸ்தம்பித்தது. சோழர் காலத்தில் ஆரம்பித்த வலங்கை - இடங்கைப் போர், பிரிட்டிஷ் ஆட்சிக்காலம் வரை நீடித்தது.

சோழர் காலத்து சாதியப் பிரிவுகள் குறித்துப் போதிய ஆதாரங்கள் இல்லை. தீண்டாச்சேரி, பறைச்சேரி போன்ற பகுதிகள் இருந்துள்ளன. சில கல்வெட்டுகளில் சூத்திராயன் என்கிற வார்த்தை உள்ளது. மிகவும் அடிமட்ட நிலையில் புலையர்கள் இருந்துள்ளார்கள். பிணத்தை எரிப்பது, கழிவுகளைச் சுத்தம் செய்வது போன்ற வேலைகளைச் செய்யவேண்டியது அவர்களுடைய கடமையாக இருந்தது.

பறையர்கள் தனிச்சேரிகளில் வாழ்ந்திருக்கிறார்கள். அவர்களுக்கென்று தனிச் சுடுகாடும் ஒதுக்கப்பட்டது. ராஜராஜன் காலத்தில் இவர்கள் தீண்டத்தகாதவர்களாக இருக்கவில்லை. ஆனால், இவர்கள் மற்ற இனங்களை விடத் தாழ்ந்த நிலையில் இருந்தார்கள். பறையர்கள் மற்றும் இதர குலத்தினரிடையேயும் பல பூசல்கள் நடைபெற்றன. நியாயமான ஊதியத்துக்குப் பறையர்கள் போராட வேண்டியிருந்தது.

ராஜராஜன் காலத்தில் பிராமணர் ஆதிக்கம் மட்டுமில்லாமல் வேளாளர் களின் ஆதிக்கமும் அதற்குச் சமமாக இருந்தது. நில நிர்வாகம் செய்யும்

ஆதிக்கம் அவர்களிடம் இருந்தது. வேளாண்மை செய்யும் புதிய நில உரிமையாளர்கள் அனைவரும் வேளாளர்கள் என்றழைக்கப்பட்டார்கள். பிராமணர்களுக்கும் வேளாளர்களுக்கும் அதிக முக்கியத்துவம் இருந்த தால் ஜாதி ஏற்றத்தாழ்வுகளும் அடிமை முறைகளும் அக்காலக் கட்டத்தில் நிலவி வந்தன. ஒரு சாரார் கட்டாய உழைப்புக்கு உட்படுத்தப்பட்டார்கள் என்பது மறுக்கமுடியாத இன்னொரு உண்மை.

அதிகச் சலுகைகள் அனுபவித்து வந்த பிராமணர்களையும் வேளாளர் களையும் எதிர்த்து நிறைய போராட்டங்கள் நடைபெற்றுள்ளன. இவ்விருவரையும் எதிர்ப்பவர்கள் இருபதினாயிரம் காசுகள் தண்டம் செலுத்தவேண்டும் என்றும், தண்டம் செலுத்தத் தவறினால் நில உரிமை பறிக்கப்படும் என்று இதுபோன்ற கிளர்ச்சிகளுக்கு எதிராகக் கடுமையான சட்டங்கள் இயற்றப்பட்டன. இதனால் சாதிப்பிளவும் உரிமைப் போராட்டங்களும் அக்காலக்கட்டத்தில் நிலவியது உண்மை தான்.

★

ராஜராஜன் ஆட்சிக்காலத்தில் பிராமண ஆதிக்கத்துக்கு அடுத்த சர்ச்சை யாக அனைவரும் கருதுவது, தேவரடியார்கள் சமூகத்தை. அன்றைக்கு அது ஒரு சர்ச்சைக்குரிய விஷயமாக இல்லை. ஆனால், இன்று அது ஒரு விவாதப் பொருளாக மாறியுள்ளது.

தேவர்களுக்கு அடியாள் என்பதன் அர்த்தமே தேவரடியார். தேவரடி யார்கள் பற்றி சோழர் காலத்துக் கல்வெட்டு ஒன்று இவ்வாறு சொல் கிறது: ‘தேவரடியார்கள், சொத்துக்களை வாங்க, விற்க, தானமாக வழங்க, திருமணம் செய்துகொள்ள உரிமையுடைவர்கள்.’ இதன்படி, தேவரடியார்கள் கோயில்களுக்குத் தானமாக வழங்கப்பட்டார்கள். அக்காலத்தில் கோயில்களின் நடவடிக்கைகளில் ஒன்றாக தேவரடிமை இருந்திருக்கிறது.

பொட்டுக் கட்டுதல் என்பது சமயம் சார்ந்த கோயில் சடங்கு. இச்சடங்கின் மூலமாகவே ஒரு பெண், கோயிலுக்குத் தானமாக வழங்கப்படுகிறார். ஆனால், இது தாழ்ந்த நிலையாகக் கருதக் கூடாது. ஓர் உயர்நிலையை அடையும் சடங்காகவே பொட்டுக் கட்டும் சடங்கைக் காணவேண்டும் என்று ஆய்வாளர்கள் சொல்கிறார்கள்.

ஆனால், சோழர் காலக்கட்டத்தில் தேவரடியார்களுக்கு எந்தளவுக்கு மதிப்பிருந்தது என்பதற்குச் சைவ பக்தரான அரதத்தர் என்பவரின் வாழ்க்கையில் நடந்த கதை வேறுவிதமாகச் சித்தரிக்கிறது. அரதத்தன், பிற்காலச் சோழர் காலக்கட்டத்தில் வாழ்ந்தவர்.

திருவடைமதூர் சிவாலயத்துக்கு ஒருநாள் அரதத்தர் வந்தபோது, அங்கே ஒரு பெண் அழும் குரல் கேட்டிருக்கிறது. ஆலயத்தைச் சேர்ந்த தேவரடி யார் ஒருவரை ஆலய மணிக்காரர் அடித்துக்கொண்டிருந்தார். முதுகில் கல்லைக் கட்டி அந்தப் பெண்ணுக்குத் தண்டனை கொடுக்கப்பட்டிருந்தது.

இதற்கான காரணத்தை ஆலய மணிக்காரரிடம் கேட்டார் அரதத்தர். அதற்கு அவர் சொன்ன பதில்: 'இவள் இந்த ஆலயத்தின் ருத்திர கணிகையர்களில் ஒருத்தி. இவள் ஒரு வாரமாக ஆலயத்துக்கு வரவில்லை. மஹாலிங்க மூர்த்திக்குக் கைங்கர்யமும் செய்யவில்லை.'

இதைக் கேட்ட அரதத்தன், அந்தப் பெண் துன்புறுத்தப்படுவது பற்றிக் கொஞ்சம் கூட வருத்தப்படாமல், மஹாலிங்கமூர்த்திக்கு இப்படி யொரு நிலைமை ஏற்பட்டுவிட்டதே என்று வருந்தியிருக்கிறார். இதிலிருந்து தேவரடியார்கள், எந்த அளவுக்கு அடிமை வாழ்க்கை வாழ்ந்தார்கள் என்பதை அறிந்துகொள்ள முடிகிறது.

இது, இடத்துக்கு இடம், சூழலுக்குச் சூழல் மாறுபடக்கூடிய ஒரு சமூக நிலையாகவே இருந்திருக்கிறது. உதாரணமாக, சோழர்கள் நன்கு வாழ்ந்த காலத்தில் தேவரடியார்கள் அரசர், பிராமணர் ஆகிய இரு வருக்கு அடுத்த நிலையில் இருந்திருக்கிறார்கள். பல்லக்கில் ஏறுகிற உரிமை அரசர், பிராமணர் தவிர தேவரடியாருக்குத்தான் இருந்திருக்கிறது. பெரிய கோயிலின் அணுக்கன் திருவாயிலில் ராஜராஜன், தெய்வீகப் பணியாளர்களுக்கு இணையாக ஆடல் மகளிரும் அனுமதிக்கப் பட்டார்கள். ஆனால், சோழர்களின் வீழ்ச்சிக் காலத்தில் அல்லது பஞ்சம் நிலவிய சில சமயங்களில் இவர்களின் மதிப்பு குறைந்திருக்கிறது.

தேவரடியார்கள், பெரிய கோயிலில் ஆடல் மகளிர் என்று வகைப் படுத்தப் பட்டார்கள். இவர்கள், பரதத்திலும் இசையிலும் திருக்கோயில் தொண்டு புரிவதிலும் நன்கு தேர்ச்சி பெற்றிருந்தார்கள். இவர்கள், மணம் புரியாமல் வாழ்க்கை நடத்தியதால் பிரம்மச்சாரிணி என்கிற பொருளில் மாணி என்றழைக்கப்பட்டார்கள். கணிகையர், எண்ணெண் கலையோர் என்றும் அழைக்கப்பட்டார்கள். அறுபத்து நான்கு காமக் கலைகளையும் அறிந்தோர் என்று இதற்கு அர்த்தம்.

நியமிக்கப்பட்ட கோயில்களுக்கேற்ப இவர்களின் பெயர்கள் மாற்றம் அடைந்தன. தேவரடியார்கள், வணிகக் குழுவினரின் நிர்வாகத்திலிருந்த கோயில்களில் ஐந்நூற்றுவ மாணிக்கம் என்றும், வேளாளர் சமூகத்தினர் நிர்வாகத்தில் இருந்த கோயில்களில் சித்திரமேழி மாணிக்கம் என்றும் விதவிதமாக அழைக்கப்பட்டார்கள்.

தேவாரம், திருவாசகம் ஓதுவது, நடனம் ஆடுவது ஆகிய பணிகளில் அவர்கள் ஈடுபடுத்தப்பட்டார்கள். திருவிழாக்களின்போது நாடகங்

களிலும் பங்கேற்றார்கள். இசையிலும் கூத்திலும் வல்லவர்களாக இருந்திருக்கிறார்கள். அதிகச் சம்பளம் பெற்ற தேவரடியார்கள், தங்கள் வருமானத்தில் பெரும்பகுதியைக் கோயில்களுக்கு நன்கொடையாக வழங்கியுள்ளார்கள்.

சோழர் காலக்கட்டத்தின் தேவரடியார் சமூகம் பற்றி இன்று பலவிதங் களில் பேசப்படுகிறது. ராஜராஜ சோழன் வடக்கே வேங்கை, கலிங்க நாடுகளில் இருந்து தேவரடியார்களைக் கொண்டுவந்து சோழ நாட்டில் குடியேற்றினார். அன்று, நகரங்களின் வளர்ச்சியால் கோயில்கள் அதிக மாகின. இதனால் தேவரடியார் அதிக எண்ணிக்கையில் தேவைப்பட் டார்கள். அதற்காகவே பொட்டுக் கட்டும் வழக்கம் ஏற்பட்டது. ஆனால், அது நிச்சயம் சமூகக் கொடுமையாக இருக்கவில்லை என்று வரலாற்றாய்வாளர்கள் கருத்து தெரிவிக்கிறார்கள்.

ராஜராஜன் காலத்தில் தேவரடியார்கள் கோயில்களைக் கட்டியிருக் கிறார்கள். குளங்களை வெட்டியிருக்கிறார்கள். நன்கு கல்வி கற்றிருக் கிறார்கள் போன்ற தகவல்கள் அவர்கள் வாழ்ந்த நிலையை உறுதிப்படுத்து கிறது. முக்கியமாக ராஜராஜன் காலத்தில் அவர்கள் விபச்சாரிகளாக இருக்கவில்லை.

'தற்காலத்தில் நகரங்களில் தோன்றியுள்ள விலைமாதர்களை மனத்தில் கொண்டு அக்காலத்திய ஆடற் பெண்டிரைக் கருதுவது மிகவும் தவறானதாகவும் என்பது அக்காலக் கல்வெட்டுகளையும், இலக்கியத் தைப் படிப்பவர்களுக்கும் நன்கு விளங்கும்' என்று இது குறித்த சர்ச்சை குறித்துத் தன் 'சோழர்கள்' வரலாற்று நூலில் தெளிவாக எழுதியிருக் கிறார் நீலகண்ட சாஸ்திரி.

'அக்காலத்திய தேவரடியார்கள் கிரேக்க நாட்டு ஆடற் மகளிர் போல பண்புநலம் கொண்டவர்களாகவும் கலையுணர்வு கொண்டவர்களாக வும் இருந்தார்கள். கோயில் இறைத்தொண்டுக்காகத் தங்கள் வாழ்க்கையை அர்ப்பணித்தார்கள்.' என்று முகமதிய எழுத்தாளர்கள் சோழர் காலத்து ஆடல் மகளிரைப் பார்த்து வியக்கிறார்கள்.

தமிழகத்தில் பல மன்னர்கள் தேவரடியார்களை மணந்து அவர்களைப் பட்டத்தரசியாக ஆக்கியிருக்கிறார்கள். உதாரணமாக, ஜடாவர்மன் சுந்தரபாண்டியனின் பட்டத்தரசி, தேவரடியார்தான். திருவிதாங்கூரின் மன்னர் ராஜா ராமவர்மாவின் பட்டத்தரசி அபிராமியும் தேவரடியார் தான். சோழப் பேரரசில், அன்றைய பண்பாட்டுச் சின்னங்களில் ஒன்றாக அவர்கள் வாழ்ந்திருக்கிறார்கள்.

பெருவுடையாரின் வழிபாட்டுக்காக தலைக்கோவி என்ற உயர்நிலை அந்தஸ்துடைய 407 ஆடல் மகளிர் தஞ்சையில் குடியமர்த்தப்

பட்டார்கள். சோழ நாட்டின் பல்வேறு திருத்தலங்களிலிருந்தும் இத்தகைய ஆடல் மகளிர் அழைத்து வரப்பட்டிருக்கிறார்கள். தளிச்சேரிப் பெண்கள் (தளி என்றால் கோயில். சேரி என்றால் குடியிருப்பு) என்றழைக்கப்பட்ட இவர்களின் வாழ்விடம் கோயிலுக்கே அருகே இருந்தது.

தெற்குத் தளிச்சேரி, வடக்குத் தளிச்சேரி ஆகியவற்றில் ஒவ்வொன்றிலும் தென் சிறகு, வடமேல் சிறகு ஆகிய தெருக்களில் வசித்த ஆடல் மகளிர் எந்த ஊரிலிருந்து அழைத்து வரப்பட்டார்கள், அவர்கள் வீட்டின் இலக்கம், வழங்கப்பட்ட ஊதியம் போன்றவை கல்வெட்டுகளில் பதிவு செய்யப்பட்டுள்ளன. இவர்களுக்கு உதவுவதற்கென்றுத் தனியாகப் பணியாளர்கள் நியமிக்கப்பட்டார்கள்.

பெரிய கோயிலில் பணியில் அமர்த்தப்பட்ட ஆடல் மகளிர் என்கிற தேவரடியாருக்குத் தலைக்கு ஒரு வேலி வீதம் 400 வேலி நிலம் மான்யமாக அளிக்கப்பட்டிருக்கிறது. இந்தப் பெண்கள் இறந்தாலும் அவர்கள் குடும்பத்துக்கு இழப்பீடு வழங்கப்பட்டது. வேலி ஒன்றுக்கு 100 கலம் நெல்லை இவர்கள் பெற்றோரோ அல்லது அவருடைய குடும்பத்தின் மற்ற உறுப்பினர்களோ பெறமுடியும்.

ஆடல் மகளிரின் குடும்பத்தில் குந்தவை, மாதேவடிகள் போன்ற பெயர்கள் காணப்படுகின்றன. அரசக் குடும்பத்தின் மீது இவர்கள் கொண்ட பக்தி விசுவாசம் காரணமாக இப்பெயர்களைத் தங்கள் குழந்தைகளுக்கு சூட்டி மகிழ்ந்திருக்கிறார்கள். ஆடல் மகளிரில் யாராவது இறந்துவிட்டால் அல்லது வேறு ஊருக்குச் சென்றுவிட்டால் உடனே அந்த இடத்துக்கு மாற்று ஏற்பாடுகள் செய்யப்பட்டன. இறைவனுக்கான பணி இடைவிடாது நடைபெறவேண்டும் என்கிற அடிப்படையில் இது செய்யப்பட்டது. இவர்கள் தங்கள் கால்களில் சூலக்குறியிடுவதை வழக்கமாகக் கொண்டார்கள்.

# 8

## குடி உயரக் கோன் உயரும்!

**வ**ரலாறு எத்தனையோ கொடுமையான மன்னர்களைச் சந்தித்திருக்கிறது. ஆனால், எத்தனையோ போர்களில் வெற்றி பெற்றுப் பல ஆண்டு காலம் ஆட்சி செய்த ராஜராஜன் எந்தப் பெருங்கொடுமையும் மனித இனத் துக்குச் செய்ததில்லை. மாறாக, ராஜராஜன் கலாப்பூர்வ ரசனை கொண்டவராகவும் பண்பாட்டைக் காப்பாற்றுபவ ராகவும் இருந்ததால் மக்களின் வாழ்க்கைத் தரம் மிகவும் உயர்ந்த நிலையிலேயே இருந்தது.

ராஜராஜன் காலத்தில் மக்களின் சமுதாய வாழ்க்கை எப்படி இருந்தது?

### ஆட்சி நிர்வாகம்

ராஜராஜன் ஆட்சி முறையில் கிராம நிர்வாகத்துக்குத்தான் அதிக மதிப்பளிக்கப்பட்டது. கிராம நிர்வாகம், அரசாட்சி யின் அடிப்படையாகக் கருதப்பட்டது.

வேளாண் குடிமக்கள் வாழ்கிற பகுதிக்கு ஊர் என்று பெயர். அந்த ஊரை ஆட்சி செய்யும் நிர்வாகத்தினர் ஊரவர் என்றழைக்கப்பட்டார்கள். கிராமங்களின் ஆட்சியை நடத்தி வந்த குழு, சபை என்று கொள்ளப்பட்டது. பிராமணக்

குடியிருப்புகள், அகரம், பிரம்மதேயம், சதுர்வேதி மங்கம் என்கிற பெயர்களில் அழைக்கப்பட்டன. வணிகர் நிறைந்த பகுதி நகரமானது.

ஊராட்சிகள், கிராம சபைகள், சித்திரமேழிகள் ஆகியவை பண்டைய பழக்கவழக்கங்கள், அறவொழுக்கம், சமயச் சார்புள்ள நம்பிக்கைகள் ஆகியவற்றின் அடிப்படையிலேயே இயங்கி வந்தன. இச்சபைகள் மேற்கொண்ட விசாரணைகளுக்கும், முடிவுகளுக்கும் ஊர் மக்கள் கட்டுப்பட்டார்கள்.

சோழர்களின் கிராம நிர்வாகத்தில் குடவோலை முறை மிகச்சிறப்பாகப் பின்பற்றப்பட்டுள்ளது. அதாவது தற்போதுள்ள தேர்தல் முறைக்கு முற்றிலும் மாறுபட்ட தேர்தல் முறை இது.

உதாரணமாக வாரியத் தலைவர்களை எப்படி தேர்ந்தெடுத்தார்கள்? ஊர் அல்லது கிராமம் பல வார்டுகளாகப் பிரிக்கப்படும். ஒவ்வொரு பகுதிக்கும் ஒருவர் தேர்ந்தெடுக்கப்படுவார். நிச்சயம் அவர் ஆணாகத் தான் இருப்பார். குறைந்தபட்ச வயது 35 ஆக இருக்கவேண்டும். அதிகபட்சம் 70 வயது. குறைந்த அளவு 1/4 அல்லது 1/2 வேலி நிலம் கட்டாயம் இருந்தாகவேண்டும். சொந்த வீடும் இருக்கவேண்டும்.

வேதங்களையும் சாஸ்திரங்களையும் கற்றவராகவும் உடல்வலிமையும் உள்ளவராகவும் இருக்க வேண்டும். அதுவரை வாரியத் தலைவராகத் தொடர்ந்து மூன்று ஆண்டுகள் பதவியிலிருப்பவர் தேர்தலில் பங்கேற்க முடியாது. ஒழுக்கமற்றவராகவும் சரியாகக் கணக்குக் காட்டாதவராக வும் பெயர் எடுத்திருக்கக்கூடாது.

குறிப்பிட்ட அளவு நிலம் வைத்திருப்பவர்களும், சொந்த வீட்டில் குடியிருப்பவர்களும் மற்றவர்கள் பொருளுக்கு ஆசைப்பட்டு ஊழல் செய்யமாட்டார்கள் என்று அக்காலத்தில் நம்பினார்கள். வேதங்களையும் சாஸ்திரங்களையும் கற்பது ஒரு கல்வித்தகுதியாக வைக்கப்பட்டது. தேர்ந்தெடுக்கப்படுகிறவர் பதவிக்குத் தகுதியானவராக இருக்கவேண்டும் என்பதற்காக இத்தகையை கடுமையான விதிமுறைகள் விதிக்கப் பட்டன.

வார்டினால் நியமிக்கப்பட்டவர்களின் பெயர்களைப் பனை ஓலையில் எழுதி, ஒரு குடத்தில் அத்தனை ஓலைகளும் போடப்படும். பிறகு, ஒரு சிறுவனை அழைத்து எத்தனை பதவிகளோ அதற்கேற்றாற்போல ஓலைகள் குடத்திலிருந்து எடுக்கப்படும். இதுதான் ராஜராஜன் காலத்துக் குடவோலை முறை.

வேளாண் மக்கள் அதிகம் உள்ள பகுதிகளிலும், பிராமணர்கள் அதிகம் உள்ள பகுதிகளிலும் முறையே வேளாளரும் பிராமணரும் மட்டும்

தேர்தலில் பங்கேற்றார்கள். இருவரும் சேர்ந்து வாழும் பகுதிகளில் இருவரும் சமமாகப் பதவிக்கு வருகிற நடைமுறை கடைபிடிக்கப் பட்டது.

தேர்தலில் 30 பேர் தேர்ந்தெடுக்கப்பட்டால் அதில் 12 பேர் ஆண்டுக் குழுவிலும், 12 பேர் தோட்டக் குழுவிலும், இதர 6 பேர் ஏரிக்குழு விலும் உறுப்பினர்களாக இருந்தார்கள். சரியாக வசூல் செய்வது, வரி தொடர்பான சிக்கல்களைத் தீர்ப்பது போன்றவை தலைவரின் முக்கியக் கடமை.

சோழர் காலத்தில் மன்னரின் ஆணைகள் வாய்மொழியாக ஏற்றுக் கொள்ளப்பட்டன. அரசர், தன் அமைச்சரையும் ஆட்சிப் பொறுப்பில் அமர்த்தப்பட்ட தலைமைச் செயலரையும் கலந்தாலோசித்துத்தான் தன் ஆணையைப் பிறப்பிப்பார். ஆனால், மக்கள் தங்கள் குறைகளை விண்ணப்பமாக எழுதித் தரவேண்டும். அந்த விண்ணப்பங்கள் பிறகு அரசு நிர்வாகத்தைச் சேர்ந்தவர்களான கோட்டத்து அவையினரான நாட்டார்கள், இராமதேயக் கிழவர்கள், தேவதானத்து ஊர்களிலார், பள்ளிச்சந்தங்கள், கணமுற்றூட்டு, வெட்டிப்பேறு, நகரர்கள் என்கிற பெயர்கள் கொண்ட பல்வேறு துறைகளைச் சேர்ந்தவர்களிடம் நடவடிக்கைக்காக அனுப்பப்படும்.

நீதிகள் வழங்கும் பொறுப்புகள் ஊர்ச்சபையினரிடமும் குலப் பெரியதனக்காரரிடமும் வழங்கப்பட்டன. வழக்குகளை விசாரிக்கவும், தீர்ப்பு வழங்கவும் விதிமுறைகள் விதிக்கப்பட்டன. நீதிமன்ற நடுவர்கள், தாங்கள் நேரில் பார்த்ததைக் கொண்டு வழக்குகளை விசாரிக்கவும், தீர்ப்புகள் வழங்கவும் அனுமதிக்கப்பட்டார்கள். குற்றங் களுக்கு தண்டனையாகக் குற்றவாளியின் உடைமைகளைப் பறிமுதல் செய்வதுதான் முக்கியத் தண்டனையாக இருந்தது. கொலைக் குற்றங்களுக்கு குற்றவாளிகள் ஆலயத் திருப்பணி செய்யத் தண்டிக்கப் பட்டார்கள். அதேபோலத் தண்டனையாகக் கோயிலுக்கு இவ்வளவு தானம் கொடுக்கப்படவேண்டும் என்று தீர்ப்பு எழுதப்பட்டது.

**தெருக்கள்**

ஒழுங்கினால் உருப்பெற்ற தேசத்தின் அடையாளம், தெருக்கள். ராஜராஜன் ஆட்சிக் காலத்தில் இருந்த ஒவ்வொரு தெருவும் சோழர் வரலாற்றைச் சொல்பவையாக இருந்தன. ஒவ்வொரு தெருவிலும் ஒரு கதை இருந்தது.

ராஜராஜனின் அரண்மனை இருந்த பகுதிகள் தஞ்சாவூர் உள்ளாலை என்று குறிப்பிடப்பட்டன. நகரம் என்பதற்கான இன்னொரு குறிப்பு அது. அதற்கு வெளியே உள்ள புறநகர்ப் பகுதிகள் புறம்படி

என்றழைக்கப்பட்டன. தெருக்கள், பெருந்தெருக்கள், வேளம், படைவீடு, தளிச்சேரி, மடவிளாகம், அங்காடி, பேரங்காடி, சுரபி என்று நகர் நிர்வாகத்தில் ஏராளமான பிரிவுகள் இருந்தன.

உள்ளாலையில் ராஜராஜனின் அரண்மனையும், பெரிய கோயிலும் அரசு நிர்வாகத்தின் அனைத்து அலுவலகங்களும் இருந்தன. அரண் மனைக்கு அருகே காவலர் விடுதிகள் இருந்தன. தேர்ப்பாகர், யானைப் பாகர், குதிரைப்பாகர், படைத்தலைவர், ஆகியோர் வசிப்பதற்கேற்ற அறைகள் உருவாக்கப்பட்டன.

பெரிய கோயிலுக்கு வெளியே வடமேற்குப் பகுதியில் தளிச்சேரிகள் என்கிற ஒரு பகுதி இருந்திருக்கிறது. இங்குள்ள ஒவ்வொரு தெருவிலும் 90 வீடுகள் இருந்திருக்கின்றன. இந்த வீடுகளில் ஆடல் மகளிர் வசித்தார்கள். இவர்கள் வீடுகளுக்கு கதவிலக்க எண்கள் வழங்கப் பட்டிருந்தன. அந்தணர் வாழும் தெருக்களும் பெரிய வணிகர்கள் வசித்த தெருக்களும் அரண்மனைக்கு அருகிலேயே இருந்தன. இவர்கள் மட்டுமில்லாமல் வேளாளர், மருத்துவர், ஜோதிடர், இசை வாணர், இசைக்கலைஞர்கள் ஆகியோர் தனித்தெருக்களில் வசித் துள்ளனர்.

அதேபோல, உள்ளாலையில் சாலியத் தெருவும் இருந்திருக்கிறது. சாலியர் எனப்படுபவர் நெசவுத் தொழில் செய்பவர்கள். அரண்மனை, திருக்கோயில் இவற்றைச் சார்ந்தவர்களுக்குத் தேவையான உடை களைத் தரும் சாலியர்கள் உள்ளாலையில் வசிக்க அனுமதிக்கப் பட்டார்கள். இவர்களோடு கால்நடைகள் வளர்க்கும் மாயன்சுற்றி என்கிற இடையர்களும் வசித்து உள்ளார்கள்.

உள்ளாலையில் இன்னொரு பகுதி உண்டு. அது, போரில் ஈடுபடும்போது சிறைபடும் மற்ற நாட்டு மன்னர்களின் மனைவிகள், அவர்கள் வீட்டுப் பெண்கள் வசிக்கும் பகுதி. இந்தப் பகுதிக்கு வேளம் என்று பெயர். (வேளம் பகுதியில் பணிமகளிர், ஆயர்கள், திருமஞ்சனத் தார், திருப்பரிகலத்தார் ஆகியோரும் வசித்துள்ளார்கள்.) வேளம் ஏற்றுதல் என்றால் அடிமைப்படுத்தப்பட்ட உயர்குடிப் பெண்டிரை வேலைக்காரியாகவும் போகத்துக்குரியவளாகவும் மாற்றுதல் என்று பொருள். இது, இன்றைய ஜனநாயகக் காலத்தில் அநியாயமாகப் பட்டாலும் அன்று இதுபோன்ற பல செயல்பாடுகள் இயல்பாக ஏற்றுக் கொள்ளப்பட்டிருந்தன. ஒவ்வொரு யுகத்துக்கும் ஒவ்வொரு தர்மங்கள்.

உள்ளாலைக்கு வெளியே அதாவது புறநகர்ப் பகுதி, புறம்படி என்றழைக்கப்பட்டது. இது பற்றிய பல தகவல்கள் தஞ்சைப் பெரிய கோயில் கல்வெட்டுகளில் உண்டு. புறம்பாடியில் பெருந்தெருக்கள், தெருக்கள், வேளங்கள், படைவீடு, அங்காடிகள், பேரங்காடிகள்,

கோயில், மடவிளாகங்கள், மடப்பள்ளித் தெருக்கள் போன்றவை இருந்திருக்கின்றன. இப்புற நகரில் வீரசோழ வடவாறு என்கிற காவிரியின் கிளை நதி கிழக்கு நோக்கி ஓடி மக்களின் வாழ்வாதாரத் துக்கு உதவியிருக்கிறது.

தெருக்கள் அனைத்துக்கும் ராஜராஜனின் விருதுப்பெயர்களே சூட்டப் பட்டன. உதாரணத்துக்கு, ஜெயங்கொண்ட சோழப்பெருந்தெரு, ராஜவித்யாதரப் பெருந்தெரு, வீரச்சோழப் பெருந்தெரு, மும்முடிச் சோழப் பெருந்தெரு. ராஜராஜனின் தாய் வானவன் மாதேவிப் பெயரிலும் ஒரு தெரு அமைக்கப்பட்டது.

### விலைவாசி

விலைவாசியைப் பற்றி அறிந்துகொள்ளும்முன், அந்தக் கால அளவைகளைப் பற்றித் தெரிந்துகொண்டால் அடுத்து வருகிற வரிகள் உங்களுக்கு எளிதாக விளங்கும்.

சோழர் காலத்து நிறுத்தல் அளவைகள் : மூன்றே முக்கால் குன்றி மணி எடை - ஒரு பணவெடை; முப்பத்தி ரெண்டு குன்றி மணி எடை - ஒரு விராகன் எடை; பத்து விராகன் எடை - ஒரு பலம்; இரண்டு குன்றி மணி எடை - ஒரு உளுந்து எடை; ஒரு ரூபாய் எடை - ஒரு தோலா; மூன்று தோலா - ஒரு பலம்; எட்டு பலம் - ஒரு சேர்; நாற்பது பலம் - ஒரு வீசை; ஐம்பது பலம் - ஒரு தூக்கு; இரண்டு தூக்கு - ஒரு துலாம்.

ஒரு குன்றி எடை - நூற்றி முப்பது மில்லி கிராம்; ஒரு பணவெடை - நானூற்றி எண்பத்தெட்டு மில்லி கிராம்; ஒருதோலா - அண்ணளவாக பன்னிரண்டு கிராம் (துல்லியமாக 11.7 கிராம்); ஒரு பலம் - முப்பத்தி ஐந்து கிராம்; ஒரு வீசை - ஆயிரத்து நானூறு கிராம்; ஒரு விராகன் - நான்கு கிராம்.

தொழிலாளர்களின் அன்றாடக் கூலிகள் எப்படி இருந்தன? அப்போது பணத்துக்குப் பதிலாகப் பொருள்களைச் சம்பளமாக வழங்கினார்கள். ஒரு தோட்டக்காரருக்கு நாள் ஒன்றுக்கு ஆறு நாழி நெல்லும் (நாழி என்பது கால்படி அளவு) ஆண்டொன்றுக்கு அரை கழஞ்சு பொன்னும் தரப்பட்டது. இரண்டரை அடி ஆழமுள்ள 50 குழிகளை வெட்டுபவர் களுக்கு ஒரு காசு கூலியாகத் தரப்பட்டிருக்கிறது.

அதேசமயம், ஊர்ச்சபையைக் கூட்டுவதற்காகக் கொம்பு ஊதுபவருக்கு நாள்தோறும் இரண்டு வேளை உணவு வழங்கப்பட்டது. அதிகக் கூலி கேட்டால் கடையில் இருந்து சில பொருள்கள் வாங்கித் தரப்பட்டன. தோட்டத் தொழிலாளிக்கு நாள் ஒன்றுக்கு, 10 நாழி நெல் கூலி. மரம் வெட்டுபவருக்கும் சமையல் வேலைக்கும் ஒரு நாள் கூலி, 4 நாழி

நெல். பல்லக்குத் தூக்குபவர்களுக்கு நாலு நாழி நெல் ஊதியம். தோட்ட வேலை செய்பவர்களுக்கு நாள் ஒன்றுக்கு 8 நாழி நெல்.

ஆனால், தொழில்நுட்பம் சார்ந்த வேலை தெரிந்தவர்களுக்கும் அதிகத் திறமை உடையவர்களுக்கும் சம்பளம் அதிகமாக இருந்தது. விசேஷ கூத்து நடத்துபவர்கள் ஒரு கூத்துக்கு 2 நெல் கலம் வீதம் சம்பளம் பெற்றனர். ஓராண்டில் குறைந்தது ஏழிலிருந்து பத்து கூத்துகள் நடக்கும். பெரிய கோயிலில் பணியாற்றிய ஆடல் மகளிருக்கு ஒரு வீடும் ஆண்டு ஒன்றுக்கு 100 கலம் நெல்லும் வழங்கப்பட்டது. திருப்பதிகம் பாடிய 50 பேருக்கு 3 குறுணி நெல் வழங்க ராஜராஜன் உத்தரவிட்டார். கோயில் கணக்கனுக்கு வருடத்துக்கு 200 கலம் நெல் வழங்கப்பட்டிருக்கிறது.

சோழர் காலத்தில் நாணயங்கள் வந்துவிட்டாலும் பண்டமாற்று முறைகள் பின்பற்றப்பட்டன. 9 குறுணி நெய், ஒரு கழஞ்சு பொன்னுக்குச் சமமாக இருந்த காலக்கட்டம் அது. ஒரு நாழி நெல்லுக்கு ஒன்றரை நாழி தயிர் மாற்றிக்கொள்ளப்பட்டது. ஒரு கழஞ்சு பொன்னுக்கு 7 கலம் நெல் விற்கப்பட்டது.

நெல், முக்கிய தானியமாக இருந்திருக்கிறது. விளைச்சலைப் பொறுத்து நெல்லின் விலை தீர்மானிக்கப்பட்டது. ஒரு கழஞ்சு பொன்னுக்கு 13 கலம் நெய் விற்கப்பட்டுள்ளது. கி.பி. 1006ல், ஒரு காசுக்கு 8 கலம் நெல் விற்கப்பட்டது.

ஒரு காசுக்கு ஒன்பது பெண் ஆடுகள்வரை விற்கப்பட்டிருக்கிறது. ஒரு பசுவின் விலை, 15 காசு. காய்க்கும் தென்னை மரம், 150 காசு விலைக்கு விற்கப்பட்டுள்ளது. உலோகங்களில், வெண்கலம் ஒரு காசுக்கு 35 பலம் விற்கப்பட்டது. அதே ஒரு காசுக்குச் செம்பு 30 பலமும், வெள்ளீயம் 26 பலமும், உலோகக் கலவை 70 பலமும் விற்கப்பட்டுள்ளன. ராஜராஜன் காலத்தில் பஞ்சம் ஒருபோதும் ஏற்பட்டதில்லை என்பதால் விலைவாசி யும் கட்டுக்கோப்பாக இருந்திருக்கிறது. (ஆனால் 1131ல், விக்கிரம சோழன் ஆட்சியில் பஞ்சம் நிலவியிருக்கிறது)

நிலத்தின் விலையும் சாதாரண மக்கள் வாங்கும் விலையில்தான் இருந்திருக்கிறது. கி.பி. 1006ல், தஞ்சை மாவட்டத்தில் ஒரு வேலி நிலத்தின் விலை 200 காசுக்கு (2 ரூபாய்) விற்கப்பட்டுள்ளது.

## கால்நடை

விவசாயத்துக்கு அடுத்ததாகக் கால்நடை வளர்ப்பு இக்காலக்கட்டத்தில் அமோகமாக இருந்திருக்கிறது. சோழர் காலத்தில் ஆடுகள் வளர்ப்பது ஒரு கலையாக, முக்கிய கடமையாக இருந்திருக்கிறது. 'சாவா மூவா பேராடுகள்' என்ற வாக்கியம் வழக்கத்தில் இருந்திருக்கிறது. ஆடுகள்

நல்ல விலைக்கு விற்பனையாயின. சீப்புலி, பாகி ஆகிய பகுதிகளைக் கைப்பற்றிய ராஜராஜன், அங்கு கிடைத்த தொள்ளாயிரம் ஆடுகளைக் காஞ்சிபுரத்தில் உள்ள துர்கை கோயிலுக்குத் தானமாகக் கொடுத்தார்.

பால் பண்ணை பராமரிப்புத் தொழிலிலும் ஏராளமான பேர் ஈடு பட்டிருந்தார்கள். கோயில்களுக்கு தானமாக வழங்கப்பட்ட ஆடு, மாடுகள் மக்களுக்குத் தானமாக வழங்கப்பட்டன. இவற்றை வாங்கிக்கொண்டவர்கள் பெரிய கோயிலுக்குப் பால், தயிர், நெய் ஆகியவற்றை வழங்கினார்கள். பசு, ஆடு போன்ற கால்நடைகள் ராஜராஜன் காலத்துக் கல்வெட்டுகளில் அதிகமாக இடம்பிடித்துள்ளன.

## உணவு

சோழர்களின் உணவுப்பழக்கத்தில் இன்று நம்மிடையே சமைக்கப்படும் மசாலாப் பொருள்கள் கலந்த உணவுகள் இருக்கவில்லை. அப்போது அரிசிச்சோறு முதன்மை உணவாக அமைந்தது. தஞ்சை பூமி அல்லவா! பால்சோறு, அக்கார அடிசில், புளிங்கறி என்று பலவகையான சோறுகள் இருந்தன. சோற்றுடன் தயிர் கலந்து சாப்பிடும் பழக்கம் இருந்திருக்கிறது. அரிசி மட்டுமில்லாமல் பயறு வகைகள், சோளம், திணை, அவரை, மலையரிசி, வரகு, கம்பு, எள், உளுந்து ஆகியவை உணவில் சேர்க்கப் பட்டன. மா, பலா, வாழை போன்ற பழங்களை மக்கள் மிகவும் விரும்பி உண்டார்கள்.

விதவிதமான கள் வகைகளை மக்கள் குடித்தார்கள். கள் வகைகள் ஜாடி களில் ஊற்றிப் பதமிடப்பட்டுப் பின்னர் பானமாக வழங்கப்பட்டன. பெண்களிடமும் கள் குடிக்கும் பழக்கம் இருந்தது. மனைமேல் அமர்ந்து உணவு உண்ணும் பழக்கம் கடைபிடிக்கப்பட்டது.

உணவில் நெய், தயிர், காய்கறிகள், பழங்கள் சேர்த்துக் கொள்ளப் பட்டன. காய்கள் பொறித்தும் அவித்தும் உண்ணப்பட்டன. வறுத்த உணவுகளும் பயன்பாட்டில் இருந்தன. சரியான விகிதங்களில் புரதம், மாவுச்சத்து, கொழுப்பு, வைட்டமின்கள் ஆகியவை சேர்ந்த சத்துணவு, காலை நேர உணவாக இருந்தது. வெற்றிலையும் பாக்கும் உணவுக்குப் பிறகு பரவலாகப் பயன்படுத்தப்பட்டன. சோழர் காலக் கல்வெட்டுக் களில் சர்க்கரைப் பொங்கல் (அக்கார வடிசில்), பணியாரம் ஆகிய உணவு வகைகள் பற்றியும் குறிப்பிடப்பட்டுள்ளன.

வாழைப்பழம், பருப்பு, மிளகு, சீரகம், சர்க்கரை, நெய், புளி, தயிர், கொள்ளு, உப்பு, வாழையிலை, வெற்றிலை, பாக்கு, சிதாரி, கற்பூரம், விறகு, பழைய அரிசி ஆகிய பொருள்களின் விலைகளும் கால்நடை களின் விலைகளும் கட்டுப்பாட்டுக்குள் இருந்தன.

111

சமையல் கலையை விளக்கும் 'மடை நூல்' எழுதப்பட்டு, அது மக்களிடையே நல்ல வரவேற்பைப் பெற்றது.

## நம்பிக்கைகள்

நல்ல நாள் பார்த்து ஒரு காரியத்தைத் தொடங்கும் வழக்கம் கண்டிப் பாகப் பின்பற்றப்பட்டது. மக்கள் எந்நேரமும் சகுணம் பார்த்தார்கள். கட்டாயமாகக் குழந்தைகளுக்கு ஜாதகம் கணித்தார்கள்.

விடியற்காலைக் கனவு பலிக்கும் என்றும், ஆண்களுக்கு இடக்கண் கேடு விளையும் என்றும் நம்பப்பட்டன. ஆனால், பெண்களுக்கு இடக்கண் துடிப்பது நல்லது என்றும் பகலில் கோட்டான் கூவினால் நிச்சயம் கேடு வரும் என்றும் தும்மினால் நல்லது நடக்கும் என்றும் மக்கள் நம்பினார்கள்.

ஐப்பசி மாதம், அஸ்வினி நாளில் பிறந்து வளர்ந்த குதிரைகள் தரமானவை என்கிற அளவில் குதிரைகளின் வணிகம் நடைபெற்றது. வீட்டுத் தலைவன் வெளியூர் செல்லும்போது அவருடைய மகன் அறுபது அடி தொலைவில் நிற்பான். மனைவி இருபதடி தொலைவில் நிற்பார். சாலையில் நடக்கும்போது மகனும் மனைவியும் அருகே நடந்துவந்து விடை கொடுத்தார்கள். பாம்புகளில் பல் உண்டு, அவை எட்டுக் காரணங்களுக்காகக் கடிக்கின்றன என்கிற நம்பிக்கை களெல்லாம் அக்காலத்தில் இருந்தன.

ராஜராஜன் காலத்திய கலைத் திறமைகள் இப்போது பின்பற்றப்படா விட்டாலும், மேலே சொல்லப்பட்ட நம்பிக்கைகளில் பல இன்றைக் கும் கடைபிடிக்கப்பட்டு வருவதை நீங்கள் காணமுடியும்.

## பழக்க வழக்கங்கள்

குடும்பத்தில் அமையும் சிறப்பான நிகழ்வுகளின்போது கோயிலுக்குத் தட்சிணையாக அறக்கட்டளை அமைக்கும் வழக்கம் இருந்திருக்கிறது. உதாரணமாக, வீட்டில் திருமண நிகழ்வு நடைபெறுகிறபோது விவாகத் தட்சிணையாகக் கோயிலில் பன்னிரண்டு நந்தா விளக்குகள் ஏற்று வதற்காக நிலத்துண்டொன்றைக் கொடையாகத் தருவது, மகனுக்கு முதல் சோறு ஊட்டும்போது கோயிலுக்கு வழிபாடும், படையலும் அமையுமாறு கொடையளிப்பது போன்றவை இவற்றில் அடங்கும்.

குழந்தைகளுக்கு முதல் சோறூட்டும்போது, இறைவனுக்கு அமுது படைத்துக் கொண்டாடுகிற பழக்கம் குடும்பங்களிடையே இருந்திருக் கிறது. அரசர்களும், அரச குடும்பத்தைச் சார்ந்தவர்களும் இறந்து விட்டால், அவர்களுக்காகப் பள்ளிப்படைக் கோயில் எழுப்பப்படும். அரசக் குடும்பம் அல்லாதவர்கள் இறந்தால் சமாதிக் கோயில் எழுப்பும் வழக்கமும் இருந்திருக்கிறது.

கார்த்திகை நாள் அன்று, குன்றின்மேல் விளக்கிட்டனர். சோழ மன்னர்களின் வரலாறு, நாடகமாக நடத்தப்பட்டன. சாப்பிட்டவுடன் நூறடி நடக்கும் பழக்கம் இருந்திருக்கிறது. குழந்தை பிறந்ததும் அதற்கு மண் பொட்டு வைக்கப்பட்டது. குழந்தை பிறந்த பன்னிரண்டாம் நாள் அதற்குப் பெயர் வைக்கப்பட்டன.

குழந்தைகள் ஐந்தாம் வயதில் பள்ளிக்கு அனுப்பப்பட்டன. பள்ளிக்குச் செல்லும் முதல் நாளில் ஆசிரியருக்குப் பொற்காசு காணிக்கை அளிக்கப்பட்டது.

பொழுதுபோக்குக்குக் கோழிச்சண்டையும் ஆட்டுச் சண்டையும் நடைபெற்றன. நீர் விளையாட்டுகளில் பெண்கள் கலந்துகொண்டார்கள். பூப்பந்தாடுதல், பொம்மையைக் கல்யாணம் செய்தல், பாத்திரங்கள் தண்ணீர் நிரப்பி அதைத் தட்டி விளையாடுதல் போன்ற சிறிய விளையாட்டுகளில் அவர்கள் அதிக ஆர்வம் காட்டினார்கள். குளித்துவிட்டு மரக்கட்டைச் செருப்பை அணிந்துவந்து வீட்டுக்குள் வந்தார்கள். அச்செருப்பில் பொன் ஆணி பதிக்கப்பட்டிருந்தது.

விருந்தினர்கள் வீட்டுக்கு வந்தவுடன் அவர்களுக்கு வெற்றிலை பாக்கு கொடுக்கப்பட்டது. பிராமண விருந்தினர்களுக்குப் பொன் தட்டில் உணவு பறிமாறப்பட்டது. தினமும் காலையில் எழும்போது கடுக்காய், நெல்லி, தான்றிப் பழங்கள் ஆகிய மூன்றும் சேர்ந்து ஊறிய தண்ணீரால் கண்களைக் கழுவிக் கொள்ளும் பழக்கம் மேட்டுக்குடியினரிடம் இருந்தது. இசை நூல், நாட்டிய நூல், சித்தர் ஆரூட நூல், விஷ வைத்திய நூல் போன்ற நூல்களை அதிகமாக மக்கள் படித்தார்கள்.

நாவிதர் இரும்பும் எஃகும் சேர்ந்த சவரக்கத்திகளைப் பயன்படுத்தினார். சங்க காலத்தில் பிணங்கள் புதைக்கப்பட்டன. ஆனால், ராஜராஜன் காலத்தில் பிணங்கள் சுடுகாட்டில் எரிக்கப்பட்டன. தற்கொலைக்கு முயற்சிப்பவர்கள் பெரும்பாலும் மலையிலிருந்து குதித்து உயிர் விட்டார்கள்.

**அலங்காரம்**

ராஜராஜன் காலத்தில், ஒப்பனை செய்வது ஒரு கலையாகப் பாவிக்கப்பட்டது. மக்கள் தங்களை ஒப்பனை செய்வதில் அதிக அக்கறை எடுத்துக்கொண்டார்கள். உயர்ந்த குலப் பெண்கள் நறுமணப் பொருள்கள் கலந்த நீரில் நீராடியிருக்கிறார்கள். கண்ணுக்கு மை பூசி, மார்பில் குங்குமக் குழம்பைப் பூசிக் கொள்ளும் பழக்கம் இருந்தது. விரல்களுக்கும் பாதங்களுக்கும் செம்பஞ்சுக் குழம்பைத் தடவிக் கொண்டார்கள். மல்லிகை மாலைகள், தமிழ் எழுத்துக்கள் வடிவில் செய்யப்பட்டன. மணப்பெண்கள், கற்பூர மாலை, தீம்பு மாலை,

பூந்தாமம், மணிமாலை என்று நிறைய விதங்களில் மாலைகள் சூடிக் கொண்டார்கள்.

நவமணிகள் பதிக்கப்பட்ட அணிகலன்களை அணிந்தார்கள். நெற்றியில் சூட்டு, காதுகளில் மகரக்குழை, கழுத்தில் முத்துமாலை, பிறைவடம், நட்சத்திர மணிமாலை, வலம்புரி முத்துக்கள் கோர்த்த வடம், மாணிக்கத் தாலி ஆகியவற்றை அவர்கள் அணிந்துகொண்டு, மிகுந்த அலங்காரத்துடன் காணப்பட்டார்கள். ராஜராஜ சோழனின் படையினர் மற்ற நாடுகளில் இருந்து கொண்டுவந்த பொன்னும் மணியும் மக்களுக்கு வழங்கப்பட்டன.

சோழ நாட்டில் பொன்னுக்கும் மணிக்கும் பஞ்சமில்லை என்பதால் பெண்கள் அணிந்த அணிகலன்கள் விதவிதமாக இருந்தன.

ஆண்கள் முழங்கால் வரை ஆடையணிந்தார்கள். தலையில் தலைப் பாகைக் கட்டிக்கொண்டார்கள். ஆண்கள் மேலாடை அணிந்ததாகக் குறிப்புகள் இல்லை. பெண்களும் மேலாடை உடுத்தியதில்லை. இதை நாம் ஓவியங்கள், சிற்பங்கள் வழியாக அறிந்துகொள்ள முடியும். அதேசமயம், மார்பை மறைக்கும் கச்சை கட்டிக்கொண்டார்கள். ஆடைகளுக்கு நறுமணப் புகையூட்டி பின்னர் அணிந்துகொண்டார்கள்.

**கலைகள்**

பண் கேட்பதும், நாடகம் பார்ப்பதும் மக்களின் முக்கியப் பொழுது போக்காக இருந்தன. இசைக்கச்சேரி குறித்து இலக்கணங்கள் வகுக்கப் பட்டன. வாய்ப்பாட்டுக்குக் குழலும், யாழும், வீணையும் பக்க மேளங்களாக இருந்தன. காப்பியங்களில் கூறப்பட்ட யாழ் வகைகளும், பண் வகைகளும் பயிற்சியில் இருந்தன. இடையர் ஏறு தழுவும்போது ஏறங்கோள் என்கிற தனிப்பறையை முழங்கினார்கள்.

வாத்தியங்கள் உருவாக்குவதில் செய்முறைகள் இருந்தன. மட்கிய மரம், வாளால் வெட்டுண்ட மரம், இடிவிழுந்த மரம் ஆகியவற்றைக் கொண்டு வீணை செய்யத் தடை விதிக்கப்பட்டது. வீணை வாசிக்கும் முன், அதற்கு மலர் சூட்டப்பட்டது. இசைக்கலையும் கூத்தையும் விளக்கமாகக் கூறப்பட்ட நூல்கள் பல இருந்தன. மக்கள் பயிலக்கூடிய கலையாக அறுபத்து நான்கு கலைகள் இருந்தன.

சாந்திக் கூத்து, ஆரியக் கூத்து, சாக்கைக் கூத்து, தமிழகக் கூத்து, தெருக் கூத்து என்று ராஜராஜன் காலத்துக் கூத்துகளில் சில வகைகள் உண்டு. சில கூத்துகளில் ஆண்களும் பெண்களும் கலந்துகொண்டார்கள். இவர்கள் கூத்தப் பெருமக்கள் என்று அழைக்கப்பட்டார்கள். கோயில் களில் மட்டுமில்லாமல் மடங்களிலும் கூத்துகள் நடைபெற்றன.

## இறை வழிபாடு

தமிழக மக்கள் பலவிதமான தெய்வங்களை வணங்கி வந்தார்கள். இயற்கை சக்தியே எல்லாம் வல்ல இறைவன் என்று நம்பி வந்த காலமது. மேலும் குறிஞ்சி, முல்லை, மருதம், நெய்தல், பாலை போன்ற ஐந்துவகை நிலப்பகுதிகளில் வாழ்ந்த மக்கள் அவரவருக்கு உகந்த கடவுள்களை வணங்கியும் போற்றியும் வந்தார்கள். குறிஞ்சி நிலத்தில் வாழ்ந்த மக்கள் முருகனையும் முல்லை, மருதம் பகுதிகளில் வாழ்ந்தவர்கள் திருமால் மற்றும் இந்திரனையும் வணங்கி வந்தார்கள். நெய்தல், பாலைப் பகுதி மக்களுக்கு வருணனும் காளியுமே கடவுள்கள். அதே காலகட்டங்களில் சைவம், வைணவம் போன்ற சமயங்கள்மீதும் மக்கள் நம்பிக்கை வைத்திருந்தார்கள்.

களப்பிரர்களின் ஆதிகாலச் சமயமாகக் கருதப்படுவது, வைணவம். இந்து சமயத்தில் மும்மூர்த்திகளாகக் கருதப்படும் பிரம்மா, விஷ்ணு, சிவன் ஆகியோரில் விஷ்ணுவை முழுமுதற்கடவுளாகத் தொழுவது வைணவமாகும். களப்பிரர் காலத்தில் சமணமும் பௌத்தமும் செழித்து வளர்ந்ததால் சைவம், வைணவம் போன்ற சமயங்கள் நலிவடைந்தன. பின்னர் பல்லவர்கள் காலத்தில் வளரத் தொடங்கிய சைவமும் வைணவமும் சோழர் காலத்தில் பொலிவு பெற்றன. தீவிர சிவ பக்தர்களாக சோழ மன்னர்கள் விளங்கினார்கள்.

ராஜராஜன் எப்பேர்ப்பட்ட சிவபக்தன் என்பதற்குப் பெரிய கோயிலே சிறந்த உதாரணம். சோழர்கள் ஆண்ட காலம்தான் சைவத்தின் பொற் காலம். சோழர் காலத்தில் சைவம், அரசாங்கத்தின் சமயமாகவே இருந்தது.

சைவம், மதக்குருவின் மூலம் தீட்சை பெறுவதை வலியுறுத்துவதால் இம்முறைப்படி, ராஜராஜனிடம் இரண்டு ராஜ குருக்கள் இருந்திருக்க வேண்டும் என்று தெரிய வருகிறது. இருவரில் தஞ்சைப் பெரிய கோயிலைப் போற்றிப் பாடியவரான கருவூர்த் தேவர் என்னும் அருளாளர் மிக முக்கியமானவர். கருவூர்த் தேவரும் ராஜராஜனும் சிறந்த நண்பர்களாக இருந்திருக்கிறார்கள். கருவூர்த் தேவர், பெரிய கோயிலைப் பற்றிப் பாடிய பாடல்கள் சைவத் திருமுறைகளுள் ஒன்பதாவதான திருவிசைப்பா திருப்பல்லாண்டு என்னும் நூலில் சேர்க்கப்பட்டுள்ளது.

நாயன்மார் வரலாறுகளும், திருப்பதிகங்களைக் கோயில்களில் ஓதுதலும் பல்லவர் காலத்திலேயே இருந்தன. இதை அறிந்த ராஜராஜன், தேவாரப் பாக்களைத் திரட்டித் தொகுக்கச் செய்தார். சைவ அந்தணரான நம்பியாண்டவரால் அப்பர், சம்பந்தர், சுந்தரர் ஆகியோரின் பதிகங்கள்

(சைவத் திருமுறைகள்) தொகுக்கப்பட்டு மக்களிடையே பரப்பப் பட்டன. கோயில்களில் இத்திருமுறைகள் ஓதப்பட்டன.

பெரிய கோயிலில் திருப்பதிகம் ஓத 48 பேர் நியமிக்கப்பட்டார்கள். சம்ஸ்கிருத வேதங்களோடுத் தமிழ்ப் பாடல்களுக்கும் நல்ல மரியாதை இருந்த காலக்கட்டம் அது. திருத்தக்கத் தேவரால் இயற்றப்பட்ட சீவக சிந்தாமணியும் தோலமொழித் தேவரால் இயற்றப்பட்ட சூளாமணியும் சோழர் காலத்திய இலக்கியங்கள்.

ராஜராஜன் காலத்தில் நாகப்பட்டினத்தில் புத்த விகாரம் கட்டப்பட்டது. சிற்றரசர்களால் சில சமணக் கோயில்களும் கட்டப்பட்டன. சிவபக்த ராக இருந்தாலும் வேறுமதப் பக்தர்களைத் துன்புறுத்தாத அதிசய மன்னராகவே ராஜராஜன் இருந்தார். மன்னருக்கு இணையாக, சோழர் காலத்தில் மக்கள் அனைவரும் கடவுளை நம்பினார்கள். கடவுளின் நம்பகத்தன்மை குறித்துக் கேள்வி கேட்கக்கூடப் பயந்தார்கள்.

கோயில்களில் மூன்று வேளையும் அபிஷேகம் நடைபெற ஏற்பாடுகள் செய்யப்பட்டன. திருவமுது சமைப்பதில் தேங்காய் பயன்படுத்தப்பட வில்லை. அதேபோல, இறைவனுக்குத் தேங்காய் படைக்கும் வழக்கமும் அப்போது இல்லை.

திருவையாறு, திருவலஞ்சுழி, திருச்செங்காட்டாங்குடி, திருக்கடையூர், திருப்புகலூர், நாகப்பட்டினம், திருக்களூர், திருக்காரவாசல், திரு நெடுங்களம், திருமங்கலம், பிரம்மதேசம், எண்ணாயிரம், திருமுக் கூடல், சிவபுரம், அகரம், மரக்காணம், உலகாபுரம், திருமலை, மேல்பாடி போன்ற எண்ணற்ற கோயில்களுக்கு ராஜராஜன் தானம் அளித்திருக்கிறார். மேலும், பாண்டிய நாட்டில் திருநெல்வேலி, கங்கை கொண்டான், சேரமாதேவி, அம்பாசமுத்திரம், பிரம்மதேசம், ஆத்தூர் போன்ற கோயில்களிலும் ராஜராஜன் தானங்கள் செய்துள்ளார்.

உலகமாதேவியார், ராஜராஜனின் முதல் மனைவி. இவர் விருப்பத்தில் திருவையாற்றில் கற்கோயில் ஒன்று கட்டப்பட்டு அதற்கு உலகமாதே வீச்சரம் என்று பெயரிடப்பட்டது. இக்கோயிலுக்கு ராஜராஜன் ஏராள மான தானங்களை அளித்துள்ளார். மற்றொரு தேவியான சோழ மாதேவி, தஞ்சை பெரிய கோயிலுக்கு ஆடவல்லான், உமா பரமேசு வரியார், இடப வாகனத் தேவர், கணபதி ஆகிய திருமேனிகளைச் செய்து அளித்ததும், அதற்குரிய நகைகளை வழங்கியதும் கல்வெட்டு களில் பொறிக்கப்பட்டுள்ளன.

இத்தேவியின் பெயரால் திருச்சி, திருவெறும்பூர் அருகே, 'சோழ மாதேவி' என்ற கிராமம் அமைந்துள்ளது. இங்குள்ள கைலாச நாதர் கோயிலின் மீது ராஜராஜ சோழன் மிகுந்த ஈடுபாடு கொண்டு நந்தவனம்

அமைத்துக் கொடுத்துள்ளார். இசைக் கலைஞர்களைக் கொண்டு ஐந்து வகையான இசைக் கருவிகளினால், 'பஞ்ச மகாசப்தம்' என்ற இசை வழிபாட்டினைச் செய்யவும் தானம் செய்துள்ளார். (இப்போது இக்கோயிலைத் தமிழ்நாடு அரசு தொல்லியல் துறை பராமரித்து வருகிறது.)

ராஜராஜன் காலத்தில், பல திருக்கோயில்களில் ஆய்வுகள் நடைபெற்று உள்ளன. கோயில் வழிபாடு, கணக்குகள் ஆகியவை சரியாக நடை பெறுகிறதா என்பதைக் கவனிக்க, 'ஸ்ரீகார்யம் ஆராய்கின்ற' என்ற அதிகாரிகள் நியமிக்கப்பட்டார்கள்.

### திருமணம்

ஒரு பெண்ணின் கையைப் பற்றுவதற்கான முதல் உரிமை, தாய்மாமனுக்கு வழங்கப்பட்டது. பெண் வீட்டார், மணமகனுக்கு வரதட்சணை கொடுக்கிற வழக்கம் இல்லை. ஆனால், நிலங்களைப் பெண் வீட்டார் சீதனமாகக் கொடுத்தார்கள். சீதனச் சொத்தைச் செலவு செய்வது குற்றமாகக் கருதப்பட்டது. பன்னிரண்டு வயதில் பெண் களுக்குத் திருமணம் செய்துவைக்கப்பட்டது. திருமணப் பந்தலில் அக்னி சாட்சியாக மணமக்கள் திருமணம் செய்துகொண்டார்கள். அந்தணர்கள் திருமணச் சடங்குகளை ஏற்று நடத்தும் பொறுப்பில் இருந்தார்கள். மணமகளின் மலரடிகளை மணமகன் பாலால் கழுவ வேண்டும். மன்னர்கள், பல திருமணங்கள் செய்துகொள்ளும் வழக்கம் சோழர் காலத்தில் நிலவியது. மன்னர்கள் பல திருமணங்கள் செய்து கொண்டாலும் குடிமக்களிடம் அந்தப் பழக்கம் இல்லை.

### பெண்கள்

ராஜராஜன் காலத்தில் அடக்கமே பெண்களின் சிறந்த குணமாக இருந்தது. கற்பு ஒழுக்கம், பெண்களின் அணிகலன் என்று போற்றப் பட்டது.

ராஜராஜன் காலத்தில் நிலவிய மோசமான ஒரு பழக்கம், உடன்கட்டை ஏறுதல். ராஜராஜனின் தாய் வானவன் மாதேவியார் உடன்கட்டை ஏறித் தன் உயிரைப் போக்கியிருக்கிறார். இதற்காக அக்காலத்தில் வானவன் மாதேவியார் மிகவும் போற்றப்பட்டிருக்கிறார். (ஆனால், வானவன் மாதேவியாருக்குப் பிறகு, வேறு எந்தச் சோழ அரசியும் உடன்கட்டை ஏறவில்லை.)

முதலாம் பராந்தகன் ஆட்சிக் காலத்தில் வீர சோழ இளங்கோவேள் என்கிற கொடும்பாளூர்ச் சிற்றரசனின் மனைவி கங்கா தேவியார் என்கிறவர் உடன்கட்டை ஏறியிருக்கிறார். கணவனுக்குப் பிறகு, தனக்கு

கருவூர்த் தேவருடன் ராஜராஜ சோழன் (வலது)

இனிமேல் அடிமை வாழ்க்கை என்று பயந்தே பெண்கள் இம்முடிவை எடுத்தார்கள். ஆனால், சோழர் காலத்திலேயே காலப்போக்கில் உடன்கட்டை ஏறுதல் விலக்கப்பட்டது.

நில உடைமை முழுக்க முழுக்க ஆண்களின் கைக்குச் சென்றது. ஒரு வேளை, பெண்களுக்கு நிலம் வழங்கப்பட்டிருந்தால், திருமணத்தின் போது நிலம் அவர் கணவர் பெயருக்கு மாற்றம் செய்யப்பட்டது. பல பெண்கள் கல்வி கற்காமல் இருந்தார்கள். அதேசமயம், தேவரடியார்களுக்கு நல்ல கல்வி கிடைத்தது.

ராஜராஜன் காலத்தில் சிலர் கோயில்களுக்கு அடிமையாக வாழ ஆசைப்பட்டுள்ளார்கள். பொருளாதாரக் காரணங்கள் அன்றி வேறுவிதக் காரணங்களாலும் அடிமை வாழ்க்கையை வாழப் பெண்கள் விரும்பியிருக்கிறார்கள். அல்லது அவ்விருப்பம் அவர்கள்மீது திணிக்கப்பட்டிருக்கிறது. பல பெண்கள் தங்களைக் கோயில்களின் அடிமைகளாகத் தங்களை முன்னிறுத்தியுள்ளனர்.

கோயிலில் திருப்பதிகம் பாடுவதற்கும் இறைவனுக்குக் கவரி வீசுவதற்கும் பெண்கள் விற்கப்பட்டிருக்கிறார்கள். திருவடந்தையில் உள்ள வராகப் பெருமாளுக்கு மீனவக் குடும்பத்தினர் 12 பேர் அடிமையாக்கப்பட்டிருக்கிறார்கள் என்கிற விவரம் கல்வெட்டில் பொறிக்கப்பட்டுள்ளது. இதனால் மட அடிமைகள் என்கிற ஒரு பிரிவு அப்போது இருந்திருக்கிறது.

மன்னரின் மனைவிகள் அதிகாரச் சுகத்தை மட்டும் அனுபவிக்காமல் மக்கள் நலப் பணிகளிலும் இறைத் தொண்டுகளிலும் கவனம் செலுத்தினார்கள். அரசியர், மன்னரின் அலுவல்களில் கலந்துகொண்டார்கள். அவர்கள் தனிப்பட்ட முறையில் கோயில்களை எழுப்புவதும் இதர கோயில்களுக்குத் திருப்பணி செய்வதுமாக இருந்தார்கள். கோயில்களுக்கு செப்புத் திருமேனிகள், அணிகலன்கள் ஆகியவற்றைத் தானமாக அளித்தார்கள்.

**கல்வி**

அன்று, எங்கும் சீரான பொதுக்கல்வி இருக்கவில்லை. சோழர் காலத்திலேயே இந்தியாவின் முக்கியமான சிற்பநூல்கள் உருவாயின. இங்கே கம்மியர், சிற்பிகள், தச்சர்கள் ஆகியோர் தொழில் குழுக்களாக இயங்கினர். அவர்களுக்குள்ளேயே கல்வி கற்றுக்கொண்டார்கள். சமஸ்கிருதமும், தமிழும், சிற்பஞானமும் கற்பிக்கப்பட்டன. சோழர் காலக் கதைகளை வைத்துப் பார்த்தால் பொதுவாக வணிகர்களும், வேளாண் மக்களும் கல்வி கற்றவர்களாகத் தெரிகிறார்கள். அவர்கள் கவிஞர்களையும் கலைஞர்களையும் வாழ்த்தியிருக்கிறார்கள்.

அரசு உத்தியோகத்தை விரும்பியவர்கள் அதற்குரிய கல்வியைக் கற்றுக் கொண்டார்கள். தொழிலாளர்கள் பெரிய படிப்பாளிகளாக இல்லாமல் எழுத்துக் கூட்டிப் படிக்க மட்டும் கற்றுக்கொண்டார்கள். மக்கள் இதிகாசங்களைப் படிப்பதில் அதிக ஆர்வம் செலுத்தினார்கள்.

## நாணயம்

ராஜராஜன் காலத்தில் தங்கம், வெள்ளி, செம்பு, பித்தளை ஆகிய உலோகங்களில் தயாரிக்கப்பட்ட நாணயங்கள் தமிழகத்தில் கிடைத்துள்ளன.

சங்ககால சோழ மன்னர்கள் செம்பு, ஈயம் ஆகிய உலோகங்களில் காசுகளை வெளியிட்டார்கள். காசுகள் சதுரம், நீண்ட சதுரம், வட்டம் போன்ற வடிவங்களில் இருந்தன. இவை, கி.மு. இரண்டாம் நூற்றாண்டிலிருந்து கி.பி. மூன்றாம் நூற்றாண்டு வரை புழக்கத்தில் இருந்த காசுகளாகும்.

சோழ மன்னர்களில் உத்தம சோழன் ஆட்சிக்காலம் முதல் வெளியிடப் பட்ட நாணயங்கள் நமக்குக் கிடைக்கின்றன. பொன், வெள்ளி, செம்பு ஆகிய உலோகங்களில் நாணயங்கள் தயாரிக்கப்பட்டன. நாணயத்தின் நடுவே புலியும் அதனருகே மீனும் பொறிக்கப்பட்டிருந்தன. நாணயத்தின் விளிம்பில் கிரந்த எழுத்துகளில் உத்தம சோழன் என்று பொறிக்கப்பட்டன. உத்தம சோழன் காலத்தில் இவ்வகை நாணயங்கள் புழக்கத்தில் இருந்தன.

கி.பி. 1070ம் ஆண்டுக்கு முன்பு, சோழ அரசர்கள் மாடை, காசு என்கிற இருவிதத்தில் தங்க நாணயங்களை வெளியிட்டிருக்கிறார்கள். சோழர் நாணயங்களில் புலி, மீன், வில் மூன்றும் குறிப்பிடப்பட்டிருக்கின்றன.

ராஜராஜன் காலத்து நாணயங்கள் இரண்டு வகை. முன்பக்கத்தில் புலி, இணைக்கயல், வில் ஆகிய மூன்று சின்னங்களும் அதன் கீழே 'ஸ்ரீராஜராஜசோழ' என்று வடமொழி நாகரி எழுத்துக்களும் பொறிக்கப் பட்டிருந்தன. மற்றொரு வகை நாணயத்தில், ஒரு பக்கம் ஈழ மனிதன் நின்று கொண்டிருப்பது போலவும், மறுபக்கம் அதே மனிதன் அமர்ந் திருப்பது போலவும் இருக்கும். இந்த நாணயங்கள் ராஜராஜ சோழனின் கைப்பிடியில் இருந்த இலங்கையில் தயாரிக்கப்பட்டவை. அந்த நாணயம், பின்னால் தமிழகத்தில் புழக்கத்தில் இருந்திருக்கிறது. ராஜராஜன் காலத்து வெள்ளி நாணயங்கள் ஒரு கழஞ்சு எடையிலும் அரை கழஞ்சு எடையிலும் இருந்திருக்கின்றன.

ராஜராஜனின் எல்லைக்கோடு தமிழகம் தாண்டிச் சென்றபோது கூடவே நாணயங்களும் சென்றன. கி.பி. 1000ல், வேங்கை நாட்டில் சோழ

நாணயம் புழக்கத்தில் இருந்தது. பல்வேறு மன்னர்கள் ஆட்சியின் போது வெளியிடப்பட்ட காசுகள் வழியாக தமிழர் வரலாற்றை அறிந்து கொள்ள முடியும். அதேபோல, சோழ மன்னர்களால் வெளியிடப்பட்ட காசுகள் அவர்களுடைய வாழ்க்கையையும் வரலாறையும் பிரதிபலிக் கின்றன.

எழுத்துப் பொறிப்புள்ள காசுகள் ராஜராஜன் காலம் முதல் மூன்றாம் குலோத்துங்கன் காலம் வரை புழக்கத்தில் இருந்தன.

**இலக்கியம்**

தமிழக வரலாற்றைத் தெரிந்துகொள்வதில் கல்வெட்டுகளுக்கு இணையாக உதவுபவை, இலக்கிய நூல்கள். ராஜராஜன் காலம் பற்றிச் சொல்லும் நூல்கள் மிகக் குறைவானவையே. அவற்றில், கருவூர்த் தேவர் பாடியருளிய தஞ்சை பெரிய கோயில் பற்றிய திருவிசைப்பா முதன்மையானதாகும்.

நம்பியாண்டார் நம்பிகள் எழுதிய சிற்றிலக்கியங்கள் பத்து, பதினோறாம் திருமுறையில் உள்ளன. அவற்றின் மூலம் ராஜராஜன் காலத்துச் சமுதாய வாழ்க்கை பற்றி அறிந்துகொள்ள முடிகிறது. ராஜராஜேஸ்வர நாடகம், ராஜராஜ விஜயம் என்கிற இரு நூல்கள் ராஜராஜன் காலத்தில் இயற்றப்பட்டவை. ஆனால், இவையிரண்டும் காலப்போக்கில் மறைந்து போயின.

முதலாம் குலோத்துங்க சோழனின் கலிங்க வெற்றிகளைப் பற்றிக் கூறும் நூல், கலிங்கத்துப் பரணி. இதை ஜெயங்கொண்டார் எழுதியுள் ளார். இதில், ராஜபாரம்பரியம் என்கிற பகுதியில் விஜயாலய சோழன் முதல் ராஜராஜ சோழன் வரை உள்ள சோழர் வரலாறு விளக்கப் பட்டுள்ளது. ஒட்டக்கூத்தரால் எழுதப்பட்ட மூவருலாவில் ராஜராஜனின் போர் வெற்றிகள் விவரிக்கப்பட்டுள்ளன.

**வாணிபம்**

கிறிஸ்து பிறப்பதற்கு முன்பே சோழர்கள் கிரீஸ், ரோம், எகிப்து முதல் கிழக்கே சீனா வரை கடல் வணிகத் தொடர்பு கொண்டிருந்தார்கள். காவிரிப்பூம்பட்டினத்தில் இடைவிடாது ஏற்றுமதியும் இறக்குமதியும் நடந்துகொண்டிருந்ததைச் சங்கப்பாடல்கள் தெரிவிக்கின்றன.

பல்லவர் காலத்துக்குப் பிறகு, கப்பல் போக்குவரத்து பெருகியதால் கடல் வணிகம் என்பது சோழர்களின் வாழ்க்கை முறையில் முக்கிய மான ஒன்றாக மாறியிருந்தது. மலேசியா, சிங்கப்பூர் உள்பட பல நாடு களுடன் கடல் வாணிபத் தொடர்பு ஏற்பட்டு இருந்தது. ராஜராஜனின் கடற்படை வீரர்கள், காந்தளூர்ச்சாலை கலமறுத்து என்கிற போர்

நிகழ்வில் சேரர் கடற்படையை முறியடித்து தென்னிந்திய கடல் எல்லையில் தங்கள் ஆதிக்கத்தை நிலைநாட்டினார்கள்.

ராஜராஜ சோழன் காலத்தில்தான் இதர கிழக்கு நாடுகளுடன் கடல் கடந்த வாணிபம் செய்தார்கள். சங்க காலத்திலேயே இந்தியத் தீபகற்பத்துக்கு இரு பக்கங்களின் கடலுக்கு மறுபக்கம் உள்ள நாடுகளுடன் தமிழர்கள் வாணிபம் செய்து வந்தார்கள். பிறகு, இந்தியப் பெருங்கடல் வழியாகப் பயணித்து கடலோடிகளாகப் புகழ்பெற்றார்கள் தமிழர்கள்.

சோழர் காலத்தில் காவிரிப்பூம்பட்டினமும், மாமல்லபுரமும், மேற்குக் கரையில் கொல்லமும் வெளிநாட்டு வணிகர்களுக்கான வாணிப நிலையங்களாக இருந்தன. ராஜராஜன், சீனாவுக்குத் தூதுக்குழு அனுப்பிக் கடல் வாணிபத்தைத் தொடங்கி வைத்தார். அராபியர்களுடன் தோழமையை உருவாக்கி ஏராளமான குதிரைகளை வாங்கினார். இதனால் சோழர் படையில் இருந்த குதிரைப் படையில் ஏராளமான அரேபிய குதிரைகள் இடம்பிடித்தன.

**மருத்துவம்**

ராஜராஜன் காலத்தில் நல்ல மருத்துவமனைகள் கட்டப்பட்டிருக்கின்றன. அறுவை சிகிச்சை தெரிந்த மருத்துவர்கள் வாழ்ந்திருக்கிறார்கள். மருத்துவமனை சார்ந்த தொழிலாளர்கள், மூலிகை தேடிச் சேகரிப்போர் ஆகியோர் ஏராளமாக இருந்தார்கள்.

வாதம், பித்தம், சிலேட்டுமம் என்கிற மூன்று நாடிகளை அறிந்து வைத்திருந்தார்கள்.மருத்துவர்களுக்கு ஏராளமான தானங்கள் வழங்கப்பட்டன. பல அரிய மூலிகைகளைக் கொண்டு மருத்துவம் பார்க்கப்பட்டது. மக்கள் வசதிக்காக மருந்துக் கிடங்கு நிறுவப்பட்டது. ராஜராஜன் ஆட்சிக் காலத்தில் அவர் சகோதரி குந்தவை, மக்களுக்கு ஓர் இலவச மருத்துவமனையைக் கட்டித் தந்துள்ளார். இந்த மருத்துவமனை பற்றிய விவரங்கள் பாபநாசம் கோயில்தேவராயன்பேட்டைச் சிவன் கோயில் சாசனங்கள் மூலமாக அறிய வருகிறது. இந்த மருத்துவமனைக்கு சுந்தரசோழ விண்ணகர ஆதுலசாலை என்று பெயரிடப்பட்டிருப்பதிலிருந்து தன் தந்தையின் நினைவாக இந்த மருத்துவமனையைக் குந்தவை எழுப்பியுள்ளார் என்று தெரிய வருகிறது. (ஆதுலசாலை அல்லது ஆதுரசாலை என்பது நோயாளிகள் சிகிச்சைக்காகத் தங்கிச் செல்லும் இடம் என்பதாகும்.)

ராஜராஜன் காலத்தில் நாட்டுநடப்புகளைக் கல்வெட்டுகளில் பதிவு செய்கிற வழக்கமுள்ளதால் இந்த மருத்துவமனை குறித்த விவரங்களைக் கல்வெட்டுகளில் பொறிக்குமாறு குந்தவை, பழையாறை

அரண்மனையிலிருந்து ஆணையிட்டுள்ளதாக தேவராயன்பேட்டை கல்வெட்டு தெரிவிக்கிறது.

சோழர் காலத்தில் அரண்மனைகள் திருமால் கோயிலினுள்ளே அமைக்கப்பட்டதுபோல இந்த ஆதுலசாலையும் (மருத்துவமனை) தஞ்சை சுந்தரசோழன் விண்ணகரம் என்கிற விஷ்ணு ஆலயத்தில் தொடங்கப்பட்டுள்ளது. இந்த மருத்துவமனையில் 15 படுக்கைகள் இருந்திருக்கின்றன. ஒரு பொது மருத்துவரும் ஒரு அறுவை சிகிச்சை நிபுணரும் இரண்டு பெண் செவிலியரும் மக்களின் நோய்களைப் போக்க பணியாற்றியுள்ளனர்.

★

தமது இறுதிக்காலத்தில், ஆட்சிக்கு எல்லாமுமாக இருந்த மகன் ராஜேந்திர சோழனுக்குக் கௌரவம் ஏற்படுத்திக் கொடுக்க எண்ணினார் ராஜராஜன். கி.பி. 1012, மார்ச் 27 முதல் ஜூலை 7 வரையிலான நாள்களில் ராஜேந்திர சோழனுக்கு 'இளவரசர்' பட்டமளித்தார் ராஜராஜன். சுமாராக, கி.பி. 970ல் பிறந்த ராஜேந்திர சோழன், தன் நாற்பத்தைந்தாவது வயதில் சோழ மண்டலத்தின் அரசரானார்.

இரண்டு வருடங்கள் ராஜராஜனுடன் கூட்டாக ஆட்சி செய்த ராஜேந்திர சோழன், அதன் பிறகு, தந்தையின் ஆசியுடன் ஆட்சியைத் தொடர்ந்தார். கி.பி. 1014ல், ராஜராஜனின் வரலாற்றுப் புகழ் மிக்க ஆட்சி முடிவுக்கு வந்தது. ராஜேந்திரன் சோழன், ஆட்சிக்கு வந்தவுடன் அதிகார மையத்தைத் தஞ்சாவூரிலிருந்து கங்கைகொண்ட சோழபுரத்துக்கு மாற்றினார்.

தந்தையைப் போலவே ராஜேந்திர சோழனுக்கும் ஏராளமான மனைவிகள். ராஜாதிராஜன், ராஜேந்திர தேவன், வீர ராஜேந்திரன் என்று மூன்று மகன்களும் பிரானார், அம்மங்கா தேவி என்று இரு பெண்களும் ராஜேந்திர சோழனின் வாரிசாக இருந்தார்கள்.

# 9

## நினைவு

ராஜராஜ சோழன், தனது வாழ்நாளின் இறுதி நாள்களை உடையாளூர்ப் பகுதியில் கழித்தபோது, கி.பி. 1014ல் காலமானார். பிறகு, ராஜராஜனின் உடல் உடையாளூரில் அடக்கம் செய்யப்பட்டது. ஆனால், ராஜராஜ சோழனின் சமாதி உடையாளூரில் உள்ளதாகச் சமீபத்தில்தான் கண்டறியப்பட்டது.

கும்பகோணம் பட்டீஸ்வரம் பக்கம் இருக்கிற உடையாளூர் என்ற ஊரில்தான் ராஜராஜ சோழன் அடக்கம் செய்யப்பட்ட இடம் உள்ளது என்கிற தகவலை வெளியுலகுக்குச் சொன்னவர், கும்பகோணத்தைச் சேர்ந்த கல்வெட்டு ஆய்வாளர் சேதுராமன். அவர், மைசூரில் வைக்கப்பட்டிருந்த கல்வெட்டுப் படிகளைப் பார்த்த போது, உடையாளூரில் உள்ள பெருமாள் கோயிலில் முதலாம் குலோத்துங்க சோழனின் கல்வெட்டு ஒன்று இருப்பதையும், அதில் ராஜராஜ சோழன் எழுந்தருளி யிருக்கும் நினைவு மண்டபம் சிதிலமடைந்து இருந்த தாகவும், அதைப் பின்னர் சரிசெய்ததாகவும் பொறிக்கப் பட்டு இருந்தது. இதன் பிறகுதான், ராஜராஜனுக்கு நினைவு மண்டபத் தூண் இருக்கும் விஷயமே வெளியே தெரிய வந்தது.

நினைவு மண்டபத்தூணைத் தேடி சேதுராமன் உடையாளூர் வந்து விசாரித்தபோது, அங்குள்ள பால்குளத்து அம்மன் கோயிலைப் புதுப்பிக்கும்போது ஒரு தூண் தேவைப்பட்டிருக்கிறது.

உடனே, பெருமாள் கோயிலில் இருந்த அந்தத் தூணை எடுத்துச் சென்றிருக்கிறார்கள் என்கிற தகவல் கிடைத்துள்ளது. அவர் பதறியபடி, பால்குளத்து அம்மன் கோயிலுக்குச் சென்று பார்த்தபோது அதிர்ஷ்ட வசமாக அந்தத் தூண் அங்கே இருந்திருக்கிறது. ராஜராஜன் நினைவு மண்டபத் தூண் என்பதற்கான எழுத்துக்கள் அதில் பொறிக்கப் பட்டிருந்தன. இதை இப்போது தொல்பொருள் துறையினரும் படியெடுத்து ஆவணமாகப் பதிவு செய்திருக்கிறார்கள்.

சோழ மன்னர்கள் தஞ்சையில் அரசாண்டாலும், மன்னர்களின் குடும்பத் தினர் வசித்த மாளிகைகள் பழையாறையில்தான் இருந்தன. ராஜ ராஜனின் மனைவியர்களில் ஒருவரான பஞ்சவன் மாதேவியினுடைய பள்ளிப்படை கோயில், பட்டீஸ்வரத்தில்தான் இருக்கிறது.

உடையாளூர் கோயில் கல்வெட்டில் 'மகேஸ்வரதானம்' என்கிற குறிப்பு, இறந்தவர்களுக்காகக் கொடுக்கப்படுவது. அதனால், இந்தச் சாத்தியக்கூறுகளை வைத்து இங்கேயுள்ள நினைவு மண்டபத் தூணை வைத்தும், அது ராஜராஜ சோழனின் நினைவிடம்தான் என்பதை உறுதியாகச் சொல்லமுடியும்.

இப்போது ராஜராஜ சோழனின் சமாதி இருப்பதாகக் கூறப்படும் இடத்தில் புதையுண்டு வெளியே இரண்டடி தெரியும் சிவலிங்கம் ஒன்று உள்ளது. அது, ராஜராஜன் இறந்த இடத்தில் கட்டப்பட்ட பள்ளிப்படை கோயிலுக்குள் இருந்த சிவலிங்கம் என்றும் மண்ணுக்குள் ஒரு சிறிய கோயிலின் செங்கல் அடித்தளம் இருப்பதாகவும் சொல்லப் படுகிறது. இதை ராஜராஜனின் சமாதி என்று சொல்லமுடியாது, அந்த இடத்தில் ராஜராஜனின் அஸ்தி வைக்கப்பட்டு அதன்மீது நினைவு மண்டபம் எழுப்பப்பட்டுள்ளது என்றும் கூறப்படுகிறது.

தஞ்சாவூரையும் கங்கைகொண்ட சோழபுரத்தையும் அகழ்வாராய்ச்சி செய்ததைப் போல, இங்கும் மத்திய தொல்பொருள் துறை முழுவீச்சில் அகழாய்வு செய்தால், இன்னும் பல சரித்திரச் சான்றுகள் கிடைக்கும் என்று வரலாற்றாய்வாளர்கள் அரசுக்குக் கோரிக்கை வைத்திருக் கிறார்கள்.

125

# 10

## பின்கதைச் சுருக்கம்

ராஜராஜன் காலத்தில் சோழர் சாம்ராஜ்ஜியம், வட இந்திய மன்னர்கள் மிரளும்படி இந்தியாவின் சிறந்த பேரரசாக நிலவியது. ஆனால், ராஜராஜன் மறைவுக்குப் பிறகு, சோழ அரசுக்குத் தேய்பிறை தொடங்க ஆரம்பித்தது. கஷ்டப் பட்டு மீட்டுக்கொண்டு வரப்பட்ட சோழ ஆளுமை, கொஞ்சம் கொஞ்சமாகக் குறைந்து, ஒரு கட்டத்தில் முற்றிலும் மறைந்து போனது தமிழ் வரலாற்றின் ஆகப் பெரிய சோகம்.

குறிப்பாக, 176 ஆண்டுகளாகச் சோழர்களின் தலைநகராக இருந்த தஞ்சாவூர், ராஜராஜன் காலத்துக்குப் பிறகு, கேட்பாரற்றுப் போனது. தந்தை ஒரு தஞ்சாவூரை நிறுவியதுபோலத் தானும் ஓர் ஊரை உருவாக்கிக் காட்ட கங்கைகொண்ட சோழபுரத்தைத் தலைமை மையமாக மாற்றினார் ராஜேந்திர சோழன். ராஜராஜன் உருவாக்கிய ஜயங்கொண்ட சோழபுரத்துக்கு ஐந்துகல் தூரத்தில் இருந்த காட்டை அழித்து, வடநாட்டுப் போரில் வெற்றி பெற்று, அங்கிருந்து கொண்டு வரப்பட்ட கங்கை நீரை மண்ணில் தெளித்துப் புனிதமாக்கி, புதிய நகரை உருவாக்கினார். கங்கை நீர் பட்ட மண் என்பதால் அந்தப் புதிய பகுதி கங்கைகொண்ட சோழபுரமானது.

இதனால் ஆட்சி செயல்பாடுகள் அனைத்தும் கங்கைகொண்ட சோழபுரத்துக்கு மாறின. ராஜேந்திரன் ஆட்சிக்காலத்தில் கங்கை கொண்ட சோழபுரம், பழையாறை, நந்திபுரம் போன்ற நகரங்களுக்கு அதிகக் கவனம் கிடைத்தது. ராஜராஜனின் தஞ்சை, தன் செழுமையை இழக்க ஆரம்பித்தது. சோழர்களின் வருங்கால வீழ்ச்சிக்கு அது ஒரு குறியீடாக இருந்ததை அப்போது யாரும் உணரவில்லை.

●

இரண்டுமுறை நடந்த போர்களில் பாண்டியர்களை ஓடஓட விரட்டிய மூன்றாம் குலோத்துங்க சோழன், மதுரையைத் தலைநகராகக் கொண்டு ஆட்சி புரிந்த குலசேகர பாண்டியனோடு மோதவேண்டிய சந்தர்ப்பம் அமைந்தது. பாண்டிய நாட்டில் உள்ள மட்டியூர், கழிக் கோட்டை ஆகிய இடங்களில் பாண்டியர்களுக்கும் சோழர்களுக்கும் கடுமையான சண்டை நடந்தது. குலசேகரனின் மறப்படையும் ஏழகப்படையும் பேரழிவுக்கு உண்டாகி போரிலிருந்து பின்வாங்கின. குலசேகரன், தன் தம்பியுடன் மதுரையை விட்டு ஓடினார்.

மூன்றாம் குலோத்துங்கனுக்கு அப்போதும் வெறி அடங்கவில்லை. கேட்க ஆளில்லாமல் இருந்த மதுரைக்குள் தன் படையோடு நுழைந் தார். அங்கு இருந்த மாடமாளிகைகளையும் அரண்மனைகளையும் ஒரேயடியாக அழித்தார். எல்லாவற்றையும் இடித்துத் தரை மட்ட மாக்கிவிட்டு ஊருக்குத் திரும்பிப் போகவில்லை. பாண்டியர்களை அவமானப்படுத்தி அதை வரலாற்றில் பதிவு செய்யவேண்டும் என்கிற குரூர எண்ணம் அவருக்கு வந்தது. கழுதைகளைக் கொண்டு ஏர் உழுது, கதிர் விளையா வரகினை விதைத்தார். முடிந்தவரைப் பாண்டியர் களுக்குச் சேதாரம் செய்துவிட்டு நாடு திரும்பினார். இவை அத்தனை யும் கி.பி. 1202க்கு முன்னால் நடந்து முடிந்தன.

மேலெழுந்தவாரியாகப் பாண்டியர்களின் வேகம் அடங்கியது என்றாலும், எந்த விநாடியும் பீறிக்கொண்டு வரக்கூடும் என்பது நன்கு தெரிந்தது. அது, அடுத்தடுத்த ஆண்டுகளில் ஊர்ஜிதமானது.

மூன்றாம் குலோத்துங்க சோழன் இறந்தபிறகு, கி.பி. 1218ல் மாறவர்மன் சுந்தர பாண்டியன், சோழ நாட்டின் மீது படையெடுத்தார். உறையூரையும் தஞ்சாவூரையும் தீயிட்டு அழித்தார்.

சோழர்களின் அதிகாரம் இல்லாத பகுதியாகத் தஞ்சை ஆகிப் போனதால், அதைக் கைப்பற்றுவது சுலபமான வேலையாகி ஆகிப் போனது. எப்படி மதுரை அழிக்கப்பட்டதோ அதே பாணியில் தஞ்சையையும் சுக்குநூறாக்கினார்கள்.

127

ராஜராஜன் வாழ்ந்த அரண்மனை முதல் அத்தனை அரசு மாளிகைகளும் அரசு அலுவலகங்களும் தரைமட்டமாக்கப்பட்டன. இந்த ஒரே தாக்குதலில் ராஜராஜனின் முக்கிய அடையாளங்களாக இருந்திருக்க வேண்டிய அரண்மனை ஒரே நாளில் இருந்த இடத்தில் காணாமல் போனது.

சேதார வேலை முடிந்த பிறகு, நந்திபுரத்தின் ஆயிரத்தளி அரண்மனை யில் வீராபிஷேகம் செய்துகொண்டார் மாறவர்மன் சுந்தர பாண்டியன்.

ராஜராஜன் அரண்மனை இருந்த இடத்தில், அங்கு கழுதை கொண்டு ஏர் உழுது, வரகு விதைத்துவிட்டுப் போனார்கள். தன்னைப் புகழ்ந்து பட்டினப்பாலை என்னும் நூலை இயற்றிய கடியலூர் உருத்திரங் கண்ணனார் என்கிற புலவருக்குக் கரிகால சோழன் பரிசாகக் கொடுத்த பதினாறு கால் மண்டபம், பெரிய கோயில் ஆகிய இரு கட்டடங் களைத் தவிர தஞ்சையின் அத்தனை முக்கிய கட்டடங்களும் அழிக்கப் பட்டன. போரின் கொடுமையான முகத்தை ஒரே படையெடுப்பில் காட்டிவிட்டுப் போனார்கள் பாண்டியர்கள்.

கி.பி 850ல், தஞ்சையின் தலைநகராகி, 1014ல் சோழ மன்னனாலேயே புறக்கணிக்கப்பட்டு, கி.பி. 1218ல் சுக்குநூறாகிப் போனது தஞ்சாவூர். பின்னால், சோழப் பரம்பரைக்கும் இதே கதிதான் நேர்ந்தது.

•

ராஜராஜனுக்குப் பிறகு, ஆட்சிக்கு வந்தவர், ராஜேந்திர சோழன். போர்த்திறமைகளுக்காக தனி கவனம் பெற்றார். கலிங்கம் வரை ராஜராஜன் தன் எல்லைகளை விரிவுபடுத்தினார். ஆனால், ராஜேந்திர சோழனின் போர்ப்படைகள் வடக்கே ஒரு பெரிய பிரளயத்தையே ஏற்படுத்தின.

சாளுக்கியர்கள், கலிங்கர்களுடன் சேர்ந்ததால் வடக்கில் ஒரு பெரிய போரைச் சந்திக்கவேண்டியிருந்தது. துணிச்சலுடன் துங்கபத்திரா நதியைக் கடந்தது சோழர்படை. சாளுக்கியர், கலிங்கர் ஆகியோரைத் தோற்கடித்து, வங்காளத்தை ஆண்டுகொண்டிருந்த மகிபாலனை வென்று, அங்கும் புலிக்கொடியைப் பறக்கவிட்டது.

இலங்கை மீதும் படையெடுப்பு தொடர்ந்தது. பராந்தகனுக்கும் பாண்டிய மன்னன் இராசசிம்மனுக்கும் நடந்த போரில் இலங்கையில் மணிமுடியையும் செங்கோலையும் ஒளித்துவிட்டு இராசசிம்மன் தலைமறைவானார். கைக்குச் சிக்காமல் இருந்த மணிமுடியையும் செங்கோலையும் தேடிச் சோழர்படை சென்று ஏமாற்றத்துடன் திரும்பியதை முன்பு பார்த்தோம்.

இந்த மணிமுடியைக் கைப்பற்ற இலங்கையின் மீது மீண்டும் ஒரு போர் தொடுத்தார் ராஜேந்திரன். ஐந்தாம் மஹிந்தனை சிறைபிடித்துப் போரில் வெற்றி கண்டார். கையில் சிக்காமல் பல ஆண்டு காலம் கண்ணாமூச்சி காண்பித்த மணிமுடி கைப்பற்றப்பட்டது.

அடுத்ததாகப் பாண்டியர்களுடனும் சேரர்களுடனும் கடுமையான சண்டையில் ஈடுபட்டார் ராஜேந்திரன். தந்தை ராஜராஜன் வழங்கிய கடுமையான போர்ப் பயிற்சிகள், அவர் ஆட்சிக்காலத்தில் பெரும் உதவி செய்தன. நிகோபார் தீவு வரை சென்றது ராஜராஜனின் படை. அடுத்ததாக வந்த ராஜேந்திர சோழனின் படை, மலேசியத் தீவு வரை சென்று சோழர்களின் வீரத்துக்குப் பெருமை தேடித் தந்தது.

ராஜேந்திரன், தன் மகனான ஜடாவர்மன் சுந்தர சோழ பாண்டியனைப் பாண்டிய மண்ணில் முடிசூடச் செய்தார். கி.பி. 1044 வரை ராஜேந்திர சோழனின் ஆட்சி இருந்தது.

அடுத்ததாக ராஜேந்திர சோழனின் தம்பி ராஜாதி ராஜன் (என்கிற ராஜேந்திர சோழ தேவன்) கி.பி. 1052 முதல் 1064 வரை சோழ நாட்டை ஆட்சி செய்தார். இவரும் சாளுக்கியர்களுடன் போரிட்டு உள்ளார். சோழர் பேரரசில் இறுதிப் போர் வெற்றியை அடைந்தவர் என்கிற பெருமை இவருக்கு உண்டு. இவர், கொப்பம் என்னுமிடத்தில் சாளுக்கியர்களுடன் போரில் ஈடுபட்டுக் கொண்டு இருந்தபோது இறக்க நேரிட்டது.

அடுத்ததாக, ராஜாதி ராஜனின் தம்பியான இரண்டாம் ராஜேந்திரனும் பின்னாலேயே இரண்டாம் ராஜேந்திரனின் தம்பி வீர ராஜேந்திரனும் பின்னர் அவருடைய தம்பியான அதிராஜேந்திரனும் வரிசையாக ஆட்சி செய்துள்ளனர். அதில், ராஜேந்திரன் பதவிக்கு வந்த சில மாதங்களில் இறந்து போனார்.

அவருக்கு வாரிசுகள் இல்லை. இதனால் சோழ மரபில் நேரடி வாரிசுகள் பதவிக்கு வருவது தடைப்பட்டது. சாளுக்கிய சோழர் மரபில் வந்த முதலாம் குலோத்துங்கன் ஆட்சிக்கு வந்தார். சோழர்களின் அத்தியாயம் தன் முடிவை நோக்கி மெள்ள நகர ஆரம்பித்தது.

முதலாம் குலோத்துங்கன் காலத்தில்தான் போரில் தோற்றுப் போய், சோழர் படை இலங்கையைக் காலி செய்தது. இலங்கையின் தென் பகுதியை ஆண்ட விஜயபாகு, வட பகுதியை ஆண்டுகொண்டிருந்த சோழர் ஆட்சியின்மீது போர் தொடுத்தார். அனுராதபுரமும் பொலனறு வாவும் சோழர் கைப்பிடியிலிருந்து விலகின.

போரில் சோழர்கள் பின்வாங்கவும் செய்வார்கள் என்பதை உலகத் துக்குக் காட்டிய போர் அது. இலங்கையும் கங்காபாடியும் வேங்கை

நாடும் அடுத்தடுத்துச் சோழர்களின் பிடியிலிருந்து நழுவின. இரண்டாம் குலோத்துங்கன், இரண்டாம் ராஜராஜன், இரண்டாம் ராஜாதிராஜன், மூன்றாம் குலோத்துங்கன், மூன்றாம் ராஜராஜ சோழன், மூன்றாம் ராஜேந்திர சோழன் என்று இத்தனை பேர் ஆண்டபோதும் சோழ நாட்டைக் காப்பாற்ற முடியாமல் போனது.

சோழர்கள், பாண்டியர்களால் சொல்லொண்ணா துயரத்துக்கு ஆளானார்கள். பயத்தால், மனச்சங்கிலியால் தம்மைத் தாமே கட்டிக்கொண்டு அடிமைகளானார்கள். தன்மானம் இழந்து, பயந்துப் பயந்து பதற்றத்துடனே வாழவேண்டிய சூழலுக்குத் தள்ளப்பட்டார்கள். இவர்கள் படிப்படியாக அழிந்துபோகவேண்டும் என்கிற பாண்டியர்களின் ஆசைக்கு இணங்கிப் போனார்கள்.

மூன்றாம் ராஜராஜன் காலத்தில் தஞ்சாவூர் தரைமட்டமானது. சோழர்களின் செல்வாக்கு, உயரம் எல்லாமே மணல்வீடாக கலைந்தன. அதற்குப் பிறகு, சரிந்த சோழ சாம்ராஜ்ஜியத்தை யாராலும் எழுப்பவே முடியவில்லை. துர்பாக்கியம். இன்னொரு ராஜராஜ சோழன், சோழர் சரித்திரத்தில் பிறகு தோன்றவேயில்லை.

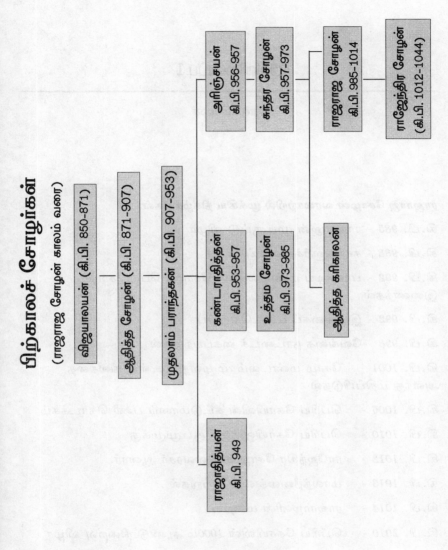

# பிற்காலச் சோழர்கள்

(ராஜராஜ சோழன் காலம் வரை)

விஜயாலயன் (கி.பி. 850-871)
ஆதித்த சோழன் (கி.பி. 871-907)
முதலாம் பராந்தகன் (கி.பி. 907-953)
ராஜாதித்யன் கி.பி. 949
கண்டராதித்தன் கி.பி. 953-957
அரிஞ்சயன் கி.பி. 956-957
உத்தம சோழன் கி.பி. 973-985
சுந்தர சோழன் கி.பி. 957-973
ஆதித்த கரிகாலன்
ராஜராஜ சோழன் கி.பி. 985-1014
ராஜேந்திர சோழன் (கி.பி. 1012-1044)

## பின்னிணைப்பு 1

காலவரிசை

**ராஜராஜ சோழன் வரலாற்றில் முக்கிய நிகழ்ச்சிகள்:**

கி.பி. 985 - ராஜராஜன் முடிசூட்டு விழா

கி.பி. 988 - காந்தளூர்ச்சாலைப் போர்

கி.பி. 992 - பாண்டிய மண்டலத்தை சோழப் பேரரசோடு இணைத்தல்

கி.பி. 992 - இலங்கைப் படையெடுப்பு

கி.பி. 998 - வேங்கை நாட்டைக் கைப்பற்றுதல்

கி.பி. 1001 - சோழ மண்டலம் முழுவதும் உள்ள நிலத்தை அளந்து மதிப்பிடுதல்

கி.பி. 1006 - பெரிய கோயிலின் கட்டுமானப் பணி தொடக்கம்

கி.பி. 1010 - பெரிய கோயிலுக்குக் குடமுழுக்கு

கி.பி. 1012 - ராஜேந்திர சோழன் இளவரசர் ஆனார்.

கி.பி. 1013 - மாலத்தீவைக் கைப்பற்றுதல்

கி.பி. 1014 - ராஜராஜனின் மறைவு

கி.பி. 2010 - பெரிய கோயிலின் 1000ம் ஆண்டு நிறைவு விழா

# பின்னிணைப்பு 2

## ஆதாரங்கள்

**நூல்கள்:**

- சோழர்கள் - நீலகண்ட சாஸ்திரி
- தமிழ்நாட்டு வரலாறு - மா.இராசமாணிக்கனார்
- தஞ்சாவூர் - குடவாயில் பாலசுப்ரமணியன்
- பிற்காலச் சோழர் வரலாறு - சதாசிவப் பண்டாரத்தார்
- தமிழக வரலாறும் மக்கள் பண்பாடும் - டாக்டர் கே.கே. பிள்ளை
- முதலாம் ராஜராஜ சோழன் - க.த. திருநாவுக்கரசு
- சோழர் கால ஆடற்கலை - இரா. கலைக்கோவன்
- சோழர் கலைப்பணி - எஸ்.ஆர்.பாலசுப்ரமணியம்.
- தமிழர் நாகரிகமும் பண்பாடும் - டாக்டர் அ. தட்சிணாமூர்த்தி

**கட்டுரைகள்:**

- ஆயிரம் ஆண்டு அற்புதம் சிறப்பிதழ்- தினமலர் செப். 26-27, 2010.
- தஞ்சைப் பெரிய கோயில் - 1000 ஆண்டு சிறப்பிதழ், த சண்டே இந்தியன் அக். 3, 2010.
- இராஜராஜீஸ்ரம் சிறப்பிதழ் - வரலாறு டாட் காம், ஜனவரி 30, 2005.
- கல்வெட்டாய்வு - மா. லாவண்யா. வரலாறு டாட் காம்.
- ஆடல் கலை வளர்த்த ராஜராஜன்! - முனைவர் ராம. கௌசல்யா, தினமணி செப். 26, 2010 .

133

- ராஜராஜன் என்னும் ஜனநாதன் - குடவாயில் பாலசுப்பிர மணியன், தினமலர் செப். 25, 2010.

- ராஜராஜன் சோழன் புகழ்பாடும் திருக்கோவில்கள் - தினமலர், செப். 25, 2010.

- ராஜராஜ சோழனின் சமாதியா? தினமலர் செப். 24, 2010.

- சோழனின் பெரியகோயிலும்.. சேரனின் நுழைவாயிலும்! - குடவாயில் பாலசுப்பிரமணியன், தினமணி செப். 26, 2010.

- பெரிய கோயில் கட்டப்பட்டது எப்படி? அ. சற்குணன், தினமணி செப். 26, 2010.

**இணையத்தளங்கள் :**

http://www.varalaaru.com/Default.asp?articleid=7

http://www.varalaaru.com/Default.asp?articleid=334

http://www.varalaaru.com/Default.asp?articleid=373

http://www.jeyamohan.in/?p=8712,

http://www.jeyamohan.in/?p=8711

http://www.jeyamohan.in/?p=9174

http://www.tamilhindu.com/2010/09/thanjavur-big-temple-a-thousand-year-wonder/

http://www.solvanam.com/?p=10841